சிரிக்கச் சிரிக்கச் சரித்திரம் 1.0

முகில்

● பயில் பதிப்பகம் ●

3(FF2), லலிதா அடுக்ககம், போலீஸ் குவார்ட்டர்ஸ் சாலை
(தியாகராயநகர் பேருந்து நிலையத்திற்கும் காவல் நிலையத்திற்கும் இடைப்பட்ட சாலை)
தியாகராயநகர், சென்னை - 600 017

Phone: 2434 2771, 2986 0070 Cell: **72000 50073**
e-mail : payilpublications@gmail.com
Website : www.sixthsensepublications.com

Publisher
Sivagamasundari Thavamani

Managing Editor
P. Karthikeyan

Layout& Cover Design
yeSKay designs

Title:
Sirikka Sirikka Sarithiram 1.0

Author:
Mugil

Address:
Payil Pathippagam
3(FF2),Lalitha Apartments
Police Quarters Road,
(Between Thiyagaraya Nagar Bus Stop & Police Statio
Thiyagaraya Nagar, Chennai - 17

Phone: 2434 2771, 29860070
Cell: **72**000 **50**0**73**

e-mail : payilpublications@gmail.com
Website: www.sixthsensepublications.com

Pages : 64

Price : Rs. 77

© S. Kaleeswari

Author's Home Page: www.writermugil.com
Email: writermugil@gmail.com FB & Twitter : writermugil

No part of this book may be reproduced or transmitted in any form without permission in writing from the author or publisher

இந்தப் புத்தகத்திலுள்ள எந்த ஒரு பகுதியையும் பதிப்பாளர் மற்றும் எழுத்தாளர் அனுமதியை எழுத்து மூலம் பெறாமல் பதிப்பிக்கக் கூடாது.

தலைப்பு:
சிரிக்கச் சிரிக்கச் சரித்திரம் 1.0
நூலாசிரியர்:
முகில்

ISBN : 978-93-93830-09-8

முதற்பதிப்பு:
ஜனவரி, 2022
பக்கங்கள்: 64
விலை: ரூ. 77/-

AB438

முகவரி:
பயில் பதிப்பகம்
3(FF2), லலிதா அடுக்ககம், போலீஸ் குவார்ட்டர்ஸ் சாலை
(தியாகராயநகர் பேருந்து நிலையத்திற்கும் காவல்
நிலையத்திற்கும் இடைப்பட்ட சாலை
தியாகராயநகர், சென்னை - 600 017
கைபேசி : 2434 2771, 29860070
செல்பேசி : **72**000 **50**0**73**

மின்னஞ்சல் :
payilpublications@gmail.com
வலைதளம் :
www.sixthsensepublications.com

நீங்கள் Smart Phone உபயோகிப்பவராக இருந்தால் QR Code Reader Application மூலம் இதை Scan செய்தால் நேரடியாக எமது இணையதளத்திற்கு சென்று மேலும் எங்கள் வெளியீடுகள் பற்றிய விவரங்களைப் பெறலாம்.

எதற்கு இந்தப் புத்தகம்?

குழந்தைகளுக்கு வாசிப்பை அறிமுகப்படுத்துவது என்பது அவர்கள் வாழ்க்கைக்கான புதிய வாசலைத் திறந்து விடுவது போன்றது. ஆனால், வாசிப்பு என்றாலே ஆங்கிலப் புத்தகங்கள் மட்டும்தான் என்ற அளவில் பல பெற்றோர்களின் சிந்தனை சுருங்கிப் போயிருக்கிறது. அதை மாற்றியமைக்கும் விதமாக குழந்தைகளுக்கான ஏராளமான நல்ல தமிழ்ப் புத்தகங்கள் வெளியாகிக் கொண்டே இருக்கின்றன.

அந்த வரிசையில் இந்தப் புத்தகமும் சரித்திரத்தின் சிரிப்போடு களம் இறங்கியிருக்கிறது. ஹிஸ்டரி என்றாலே ஆகாது என்று கொட்டாவி விடும் குழந்தைகளும், வரலாற்றை வாரியணைத்துக் கொள்ளும்படிச் செய்வதே நோக்கம். முக்கியமாக, தாய்மொழியை வாசிக்கவும் எழுதவும் தெரியாத அல்லது விரும்பாத இளைய தலைமுறையினருக்கு, தமிழின் வாசிப்புச் சுவையை அறிமுகப்படுத்துவதே குறிக்கோள்.

கிண்டிலில் வெளியான சிரிக்கச் சிரிக்கச் சரித்திரம் நூல் வரிசை, பல்வேறு தமிழ்க் குழந்தைகளுக்கு கொண்டாட்டமான வாசிப்பு அனுபவத்தைத் தந்திருக்கிறது. இப்போது அச்சுப் பிரதியாகவும் வெளியாகக் காரணம் குழந்தைகளும் பெற்றோரும் கொடுத்த வரவேற்புதான்.

இந்த நூல் வரிசை, தமிழ்க் குழந்தைகளுக்கு எனது எளிய எழுத்துப் பரிசு. வாசிப்போம். வளமடைவோம்.

முகில்

11.02.2022
writermugil@gmail.com

பத்தொன்பதாம் நூற்றாண்டில் வியட்நாம் பிரெஞ்சுக்காரர்களின் காலனியாக இருந்தது. அங்கே ஹனோய் நகரத்தில் எலித்தொல்லை மிக அதிகம். அதை ஒழிக்க பிரெஞ்சுக்காரர்கள் திட்டம் ஒன்றை அறிவித்தார்கள். 'எலிகளைக் கொன்றால் தகுந்த வெகுமதி வழங்கப்படும். கொல்லப்பட்ட எலியின் வாலை மட்டும் எடுத்து வந்தால் போதும். வால்களின் எண்ணிக்கைக்கு ஏற்ப பணம் உண்டு.'

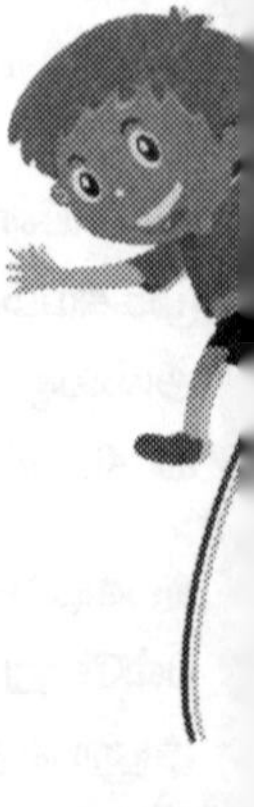

அந்த அறிவிப்பைக் கேட்ட வியட்நாம் மக்கள், எலி வால்களை எடுத்துச் சென்று பணம் பெற்று வந்தார்கள்.

பிறகுதான் வியட்நாமிய அதிகாரிகள், ஊருக்குள் பல எலிகள் வாலே இல்லாமல் திரிவதைக் கண்டார்கள். உண்மையையும் புரிந்து கொண்டார்கள். எலிகளைப் பிடிக்கும் மக்கள், வால்களை மட்டும் அறுத்துவிட்டு, எலிகளை விட்டுவிட்டார்கள். அந்த எலிகள் மேலும் குட்டிகள் போட்டு எண்ணிக்கையில் பெருகின. மக்கள் அதிகம் சம்பாதிக்க எலிகளின் வால்களே போதுமானதாக இருந்தன.

பிரெஞ்சுக்காரர்கள், தாங்கள் ஏமாற்றப்பட்டதை அறிந்த பிறகு அந்த எலி வால் திட்டத்தையே கைவிட்டனர்.

எலி வால் திட்டம்!

ஆபரேஷன் பாம்பு

இங்கிலீஷ்காரனுக்கு செம பல்பு!

வியட்நாமுக்கு எலிகள் என்றால், இந்தியாவுக்குப் பாம்புகள். பிரிட்டிஷார் இந்தியாவை அடிமைப்படுத்தி வைத்திருந்த காலத்தில், டெல்லி பகுதியில் விஷப் பாம்புகளின் தொல்லை மிக அதிகமாக இருந்தது. பாம்புக்கடியால் உயிரிழப்புகளும் அதிகமாக இருந்தன. எனவே பிரிட்டிஷார் ஒரு திட்டத்தைச் செயல்படுத்தினர். மக்கள், விஷமுள்ள பாம்புகளைக் கொன்று எடுத்து வந்தால் அதற்குத் தகுந்த பணம் வாங்கிச் செல்லலாம் என்று அறிவித்தனர்.

மக்களும் பாம்புகளைக் கொன்று எடுத்து வந்து கொடுத்து, மகிழ்ச்சியுடன் பணம் வாங்கிச் சென்றார்கள். நாளுக்கு நாள் மக்கள் கொன்று எடுத்து வரும் செத்த பாம்புகளின் எண்ணிக்கை அதிகரித்துக் கொண்டே சென்றது. ஆனால், பாம்புகளின் எண்ணிக்கை குறைவதுபோலத் தெரியவில்லை. பிரிட்டிஷார் குழம்பிப் போயினர். பின்பே ஓர் உண்மையைக் கண்டறிந்தனர்.

மக்கள் விஷப்பாம்புகளை அதிக அளவில் வளர்க்கத் தொடங்கியிருந்தார்கள். ஒரு பாம்பை வளர்க்க ஆகும் செலவைவிட, அதைக் கொன்று எடுத்துச் சென்றால் அதிகம் பணம் கிடைத்தது. எனவே கொல்வதற்காகவே பாம்புகளை வளர்த்து நிறையவே சம்பாதித்தனர். இந்த உண்மை தெரிந்ததும், கடுப்பான பிரிட்டிஷார், 'இனி பாம்புக்குப் பணம் கிடையாது' என்று அறிவித்தனர்.

இனி தாம் வளர்க்கும் பாம்புகளால் எந்த உபயோகமும் இல்லை என்று தெரிந்ததும், மக்கள் அந்தப் பாம்புகளை எல்லாம் வெளியில் திறந்து விட்டனர். முன்பைவிட, பல மடங்கு பாம்புத் தொல்லை அதிகமாகிப் போனது.

அடால்ஃப்

ஹிட்லர் என்ற பெயரைக் கேட்டதுமே எல்லோருக்குமே தோன்றுவது, உலகில் வாழ்ந்த மிக மோசமான சர்வாதிகாரி என்பதுதான். லட்சக்கணக்கில் யூதர்களைக் கொன்று குவித்த மிருகம். ஹிட்லர் மீதான பயம், அவரைப் பற்றி ஏகப்பட்ட வதந்திகளையும் உருவாக்கியது. ஹிட்லரைப் பற்றி என்ன சொன்னாலும் அன்றைக்கு மக்கள் நம்பினார்கள். அதில் மூன்றே மூன்று காமெடி பொய்கள் மட்டும் இங்கே.

1. ஹிட்லர் ஸோம்பிக்களால் ஆன ஒரு படையை உருவாக்கி வைத்திருந்தார். யாராலும் தோற்கடிக்கவே முடியாத, அசுர பலம் கொண்ட அந்த நாஸி ஸோம்பி படையைக் கொண்டு இரண்டாம் உலகப்போரின் முக்கியமான கட்டத்தில் பெரும் தாக்குதல் நடத்தத் திட்டமிட்டிருந்தார்.

2. ஹிட்லர், எதிரிகளைத் துவம்சம் செய்யும் வகையில் நாய்களால் ஆன படையை உருவாக்கியிருந்தார். அந்த நாய்கள் பேசும் சக்தி படைத்தவை. ஹிட்லரைப் பார்க்கும்போதெல்லாம், அவை 'Heil Hitler!' என்று வாழ்த்துவதாகக் கத்தின.

3. ஹிட்லர், ஏலியன்களுடன் தொடர்பு கொண்டிருந்தார். நவீன சூப்பர் ராக்கெட், பறக்கும் விண்கலம் போன்றவற்றை உருவாக்கி வைத்திருந்தார். எதிரிப் படைகள் சூழ்ந்தபோது,

ஸோம்பியும் ஹிட்லரும்!

இறுதியில் ஹிட்லர் தற்கொலை செய்து கொள்ளவில்லை. எல்லோரையும் ஏமாற்றிய அவர், ராக்கெட்டில் ஏறி நிலாவுக்குத் தப்பிச் சென்றுவிட்டார். நிலவில் காலடி பதித்த முதல் மனிதன் ஹிட்லர்தான்.

இன்றைக்கும் ஹிட்லர் எங்கேயோ தலை மறைவாக வாழ்ந்து கொண்டிருக்கிறார் என்று நம்புபவர்களும் இந்த உலகில் இருக்கிறார்கள்.

கலர் கலரா ரீல் விட்டிருக்காங்க!

ராபர்ட் கிப்பன் ஜாக்சன் என்பவர் பதினெட்டு, பத்தொன்பதாம் நூற்றாண்டுகளில் அமெரிக்காவின் நியு ஜெர்ஸி மாகாணத்தில் வாழ்ந்தவர். விவசாயி, தோட்டக்கலை நிபுணர், வரலாற்றாளர், நீதிபதியும்கூட. அப்போதுவரை அந்தப் பகுதியில் தக்காளி அறிமுகமாகவில்லை. தோட்டக்கலை நிபுணரான ராபர்ட்தான், தக்காளியை அங்கே இறக்குமதி செய்து, தன் தோட்டத்தில் விளைவிக்கவும் செய்தார். பின் தக்காளியை சந்தைக்குக் கொண்டு சென்று விற்பனைக்கும் வைத்தார்.

பளபள தக்காளியைக் கண்டு ஒருவர்கூட விரும்பி வாங்கவில்லை. என்னடா இது! இப்படிச் சிவப்பாக இருக்கிறதே! அய்யோ, இது விஷம். இந்தப் பழத்தைத் தின்றால் செத்துப் போய்விடுவோம்! ஒவ்வொருவருமே பயந்தார்கள். அதுவரை தக்காளி குறித்து அப்படிப்பட்ட கட்டுக்கதைகளையே அவர்கள் கேள்விப்பட்டிருந்தார்கள். இந்தச் சூழ்நிலையில் ராபர்ட் ஓர் அறிவிப்பை வெளியிட்டார்.

'மக்கள் முன்னிலையில் நான் தக்காளிப் பழங்களை உண்ணப் போகிறேன்.'

அய்யய்யோ தக்காளி

பரபரப்பு பற்றிக் கொண்டது. குறிப்பிட்ட தினத்தில் சாலம் (Salem) நகரத்தின் மையப்பகுதியில் சுமார் இரண்டாயிரம் மக்கள் நெருக்கி அடித்துக் கொண்டு நின்றனர். அவர்கள் முன்பு கருப்பு கோட் அணிந்த ராபர்ட் தோன்றினார். கூட்டம் ஆர்ப்பரித்தது. தன் முன் வைக்கப்பட்டிருந்த கூடையில் இருந்து ஒரு தக்காளியை எடுத்தார். கையை உயர்த்தி தக்காளியைக் கூட்டத்தை நோக்கிக் காண்பித்தார்.

'இந்தப் பழத்துக்கு எவ்வளவு பெரிய வரலாறு உண்டு தெரியுமா?' என்று கேட்டபடி, தக்காளியின் சரித்திரத்தை உரத்த குரலில் சொல்ல ஆரம்பித்தார். 'இதோ உங்கள் முன்பு நான் இதை உண்ணப் போகிறேன். இது குறித்த கட்டுக்கதைகள் அனைத்தையும் உடைக்கப் போகிறேன்' என்றபடி தக்காளியை தன் வாயருகே கொண்டு சென்றார். கூட்டம் அமைதியானது. எல்லோரும் கண் இமைக்காமல் அவரையே கூர்மையாகக் கவனித்துக் கொண்டிருந்தனர்.

ராபர்ட், தக்காளியைத் தன் பற்களால் ஒரு கடி கடித்தார். கூட்டத்திலிருந்த ஒரு பெண், பயந்து அலறி முகத்தை மூடிக்கொண்டாள். அடுத்த கடி கடித்தார். இன்னொரு கையிலும் தக்காளியை எடுத்து கடித்து விழுங்க ஆரம்பித்தார். மளமளவென ஏழெட்டுத் தக்காளிகளை உள்ளே தள்ளினார். 'ஹே... உண்மையாவே சாப்பிடுறாரு... அவருக்கு ஒண்ணுமே ஆகல! உயிரோடத்தான் இருக்காரு!' கூட்டத்தினர் ஆச்சரியப்பட்டனர்.

தக்காளிக்கு இப்படி ஒரு Flashback!

ராபர்ட், தொடர்ந்து தக்காளிகளை உண்ண உண்ண உற்சாகத்தில் ஆர்ப்பரித்தனர்.

இப்படியாகத்தான், ராபர்ட் என்பவர் தக்காளியை அமெரிக்கர்கள் மத்தியில் பிரபலமாக்கினார். பின்புதான் தக்காளி அமெரிக்கர்கள் தினசரி உண்ணும் பொருளானது.

தனக்காகவே காத்திருந்தவர்!

கனடாவைச் சேர்ந்த ஓட்டப் பந்தய வீரர் பெர்ஸி வில்லியம்ஸ். அவருக்கு ஒலிம்பிக்ஸில் கலந்துகொள்ள வேண்டுமென்ற கனவு இருந்தது.

1928-ல் ஒலிம்பிக் போட்டிகள் ஆம்ஸ்டெர்டாம் நகரத்தில் நடைபெற இருந்தன. அதற்காக ஹோட்டலில் சர்வராகவும், பாத்திரங்கள் கழுவியும் பணம் சேர்த்த பெர்ஸி, ஒலிம்பிக் போட்டிகளுக்குக் கிளம்பிச் சென்றார்.

100 மீட்டர் ஓட்டப்பந்தயத்தை 10.6 விநாடிகளில் கடந்து முதலிடம் பிடித்தார். அது அப்போதைய உலக சாதனை.

'உலகின் வேகமான மனிதர்' என்ற சிறப்பு பெர்ஸிக்குக் கிடைத்தது. பரிசளிப்பெல்லாம் முடிந்து ஹோட்டலுக்குத் திரும்பினார். மாலை வேளையில் பெர்ஸியைப் பார்க்க ஏகப்பட்ட ரசிகர்கள் ஹோட்டல் முன் குவிந்துவிட்டனர். அவருக்காகக் காத்திருந்தனர். நீண்ட நேரமாகியும் அவர் வரவில்லை. ஏன்?

காரணம், 'யாரோ ஒரு பெரிய மனிதரைக் காண எல்லோரும் காத்திருக்கிறார்கள். நாமும் காத்திருப்போம்' என்று பெர்ஸியும் அந்தக் கூட்டத்தில்தான் அப்பாவியாக, அமைதியாக நின்று கொண்டிருந்தார்.

'டூப்' சாப்ளின்ஸ்!

சார்லி சாப்ளின் புகழின் உச்சத்தில் இருந்த சமயம். அவரது படங்கள் ஓஹோவென மக்களால் கொண்டாடப்பட்டுக் கொண்டிருந்த காலம் அது. அப்போது அவரைப் போலவே நடை, உடை, பாவனையுடன் பலரும் வேடிக்கை காட்டிக் கொண்டிருந்தனர். அமெரிக்காவில் ஒரு கண்காட்சியில் 'சார்லி சாப்ளின் வாக்' என்றொரு போட்டி அப்போது அறிவிக்கப்பட்டது. அதில் சார்லி சாப்ளின் போலவே தத்ரூபமாக உடையணிந்து, நடந்து, நடனமாடிக் காட்டும் ஒருவருக்குப் பரிசு என்று அறிவிக்கப்பட்டது. குட்டையாகவும் நெட்டையாகவும், சராசரி உயரத்துடனும் பலரும்

அந்தப் போட்டியில் கலந்து கொண்டு சாப்ளின் போலவே நடந்தும் நடித்தும் காட்டினர். அதில் அசத்திய ஒருவருக்கு முதல் பரிசு வழங்கப்பட்டதாகச் செய்தி உண்டு.

அதே போட்டியில் நிஜ சார்லி சாப்ளினே வேறொரு பெயரில் கலந்து கொண்டார் என்று பின்பு பல பத்திரிகைகள் செய்திகள் வெளியிட்டிருக்கின்றன. தனது ஸ்டைல் மீசை இன்றியும், தனது பாணியிலான ஷ் அணியாமலும், போட்டியில் ரகசியமாகக் கலந்து கொண்டு நடந்தும் நடித்தும் காட்டிய உண்மையான சாப்ளின் அதில் தோற்றுப்போனார்.

அவருக்கு இருபதாவது இடமே கிடைத்தது.

வெண்ணெய் நிஜாம்!

அன்றைக்கு இந்தியாவின் மிகப்பெரிய சமஸ்தானங்களில் ஒன்றாக இருந்தது ஹைதராபாத். 1911-ல் அதன் நிஜாமாக பதவியில் அமர்ந்தவர் ஒஸ்மான் அலி கான். மிக பிரமாண்டமான அரண்மனை. ஆயிரக்கணக்கான வேலைக்காரர்கள். செல்வத்துக்குப் பஞ்சமே இல்லை. எவ்வளவுதான் ஆடம்பரமாகச் செலவு செய்தாலும் பல தலைமுறைக்கு காலாட்டிக் கொண்டே வயிறு நிறையச் சாப்பிடலாம். இருந்தாலும் நிஜாம் ஒஸ்மான் உலகின் நம்பர் ஒன் கஞ்சனாகத்தான் வாழ்ந்தார். அதுவே அவரது பிறவிக்குணமாக இருந்தது. அடுத்தவர்கள் காரை பிடுங்கிக் கொள்வார். அடுத்த வீட்டுப் பெண்களின் நகைகளை உரிமையோடு பறித்துக் கொள்வார். தன்னைத் தேடி வரும் விருந்தினர்களுக்கு அரை கிளாஸ் டீயும் ஒரே ஒரு பிஸ்கட்டும் பரிமாறுவார்.

ஒருமுறை மத்தியப்பிரதேசத்தின் தட்டியா சமஸ்தான மகாராஜா கோவிந்த் சிங், நிஜாம் ஒஸ்மானை விருந்துக்கு அழைத்திருந்தார். விருந்து முடிந்து கிளம்பும்போது, தன் சமஸ்தானத்தில் தயாரான வெண்ணெயை, 144 டின்களில் பரிசாக அனுப்பிவைத்தார். ஓசியில் வந்த வெண்ணையை உருக்கி உடனே நெய்யாக்கி பலகாரம் சுட்டுத் தின்னும் எண்ணம் கஞ்ச நிஜாமுக்கு இல்லை. அவ்வளவையும் அப்படியே பத்திரப்படுத்தி வைக்கச் சொன்னார். அந்த 144 டின் வெண்ணையும் குடோன் ஒன்றில் உறங்கப் போயின.

பின்பு அதை ஒஸ்மான் மறந்தே போய்விட்டார். பல மாதங்கள் கழித்து, கெட்டுப்போன வெண்ணெயின் நாற்றம் காற்றில் பரவ ஆரம்பித்தது. நிஜாமுக்குத் தகவல் போனது. அவருக்கு அதிர்ச்சிதான். இப்படி வீணாக்கிவிட்டோமே என்று கவலைப்படாமல், வீணாகிப்போன வெண்ணெயை எப்படி விலைக்கு விற்கலாம் என்று தீவிரமாக யோசித்தார். ரெட்டி என்ற அதிகாரியிடம் அந்தப் பொறுப்பை ஒப்படைத்தார்.

இந்த வீணாகிப் போன வெண்ணையை விற்க எடுத்துச் சென்றால் மக்கள் அடிப்பார்கள். மக்களிடம் விற்க முடியவில்லை என்று சொன்னால் நிஜாம் உதைப்பார். பரிதவித்த ரெட்டி ஒரு முடிவுக்கு வந்தார். அந்த குடோனிலிருந்து வெண்ணெய் டின்களை ஏற்றினார். யாரும் கவனிக்காதபடி, அவற்றை ஊருக்கு வெளியே எடுத்துச் சென்று கொட்டினார்.

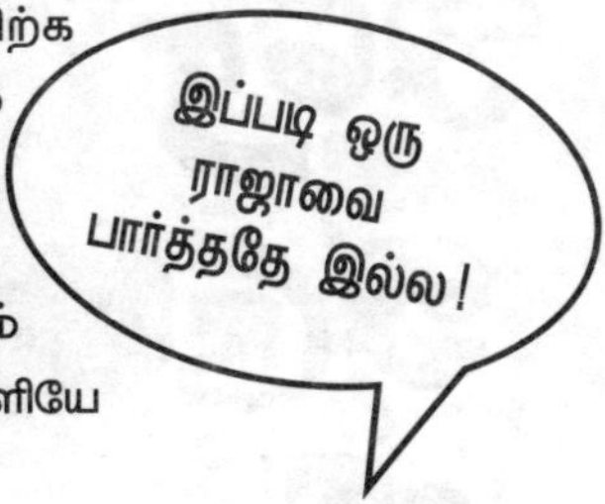

இப்படி ஒரு ராஜாவை பார்த்ததே இல்ல!

மறுநாள் நிஜாமிடம் சென்றார். ‘கெட்டுப்போன வெண்ணெய் இருநூறு ரூபாய்க்குத்தான் விலை போனது’ என்று தன் கைக்காசை கொடுத்தார். கெட்டுப்போன வெண்ணையிலும் லாபம் பார்த்துவிட்டோமே என்று நிஜாம் ஒஸ்மானுக்கு பரம திருப்தி. இந்த சாதுரியத்தால் ரெட்டிக்கும் பதவி உயர்வு கிடைத்தது.

சகாரா பாலைவனத்தின் ஒரு பகுதி நைஜர் தேசத்திலும் அமைந்துள்ளது. அங்கே டெனெரெ (Tenere) என்ற பகுதியில் பாலைவனத்தின் நடுவே தனியாக ஒரே ஒரு மரம் இருந்தது. அதன் வயது நூறாண்டுகளுக்கும் மேல். சுமார் நானூறு கிலோ மீட்டர் தொலைவுக்கு சுற்றி வேறு எந்த மரங்களும் இல்லாத நிலையில் அந்த ஒரே ஒரு மரம் மட்டும் முக்கியமான லேண்ட்மார்க்காக இருந்தது. காய்ந்து போன மரமென்றாலும், சகாரா பாலைவனத்தைக் கடந்து செல்பவர்களுக்கு உயிர்ப்பான அடையாளமாகத் திகழ்ந்தது.

1973-ல் ஒரு டிரக் அங்கே வந்தது. ஓட்டுநர் மது அருந்தியிருந்தார். அவ்வளவு இடம் இருந்தும் போதையில் நேராக அந்த மரம் மீது டிரக்கை ஏற்றினார். உடைந்து போனது மரம்.

இப்போது அங்கே நியாமே மியூஸியத்தில் அந்த மரம் பாதுகாப்பாக வைக்கப்பட்டுள்ளது. டெனெரெ மரம் இருந்த இடத்தில் ஒரு உலோகச் சின்னம் நிறுவப்பட்டுள்ளது.

ஒரே ஒரு மரம்

மியாவ் மம்மிக்கள்!

பண்டைய எகிப்தியர்களுக்குச் செல்லப் பிராணி என்றால் அது பூனைதான். எகிப்தியர்கள் வழிபட்ட கடவுள்களின் எண்ணிக்கை ஆயிரக்கணக்கில் உண்டு. அதில் பூனையும் முக்கியமான கடவுள். அந்தப் பெண் மியாவ் கடவுளின் பெயர் பாஸ்டெட்.

வீட்டில் பூனை இருந்தால் அதிர்ஷ்டம், நல்ல விஷயங்கள் நடக்குமென உறுதியாக நம்பினார்கள். வசதியான எகிப்தியர்கள் தாங்கள் வளர்க்கும் பூனைகளுக்கு ஜிமிக்கி கம்மல் முதல் நெக்லெஸ், கொலுசு வரை போட்டு அழகு பார்த்தார்கள். தாங்கள் வளர்க்கும் பூனை இறந்துவிட்டால், அதன் உடலை அழகுபடுத்தி, பதப்படுத்தி, மம்மியாக்கினார்கள். ஆம், பண்டைய எகிப்தில் மியாவ் மம்மிக்களும் இருந்தன.

ஒரு வீட்டில் பூனை இறந்துவிட்டால், ஆண்கள் தங்கள் புருவங்களை மழித்துக் கொண்டனர். மீண்டும் புருவம் வளரும் வரை செத்துப்போன பூனையை நினைத்து துக்கம் கொண்டாடினர்.

எல்லாவற்றுக்கும் மேலாக, பெர்பாஸ்ட் என்ற பண்டைய எகிப்திய நகரத்தில் பூனைக்கான பிரமாண்டமான கோயிலே கட்டப்பட்டிருந்தது என்பதும் உண்மை.

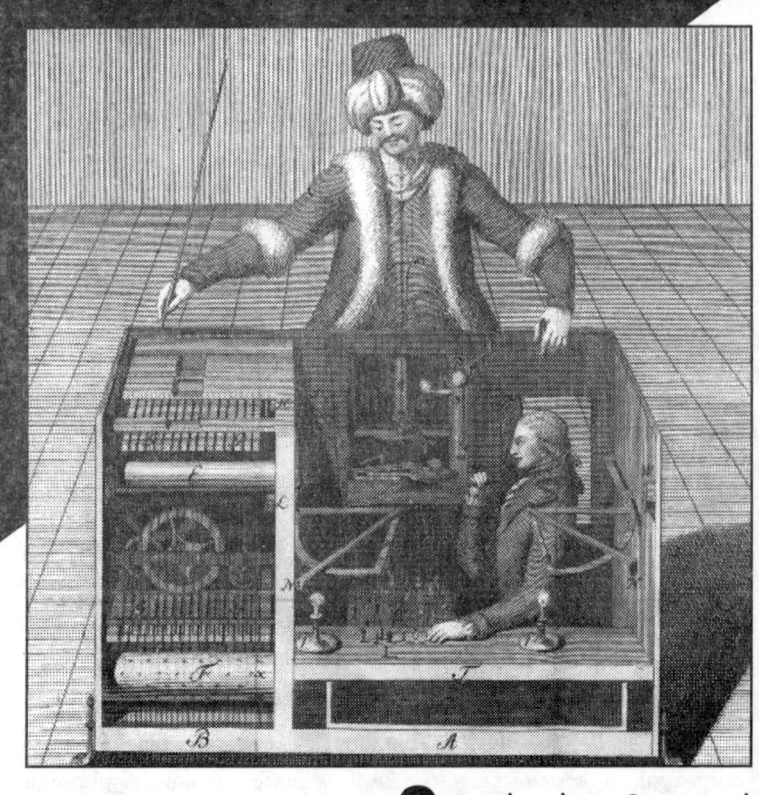

ஏமாந்து போன நெப்போலியன்!

பிரெஞ்சுப் பேரரசர் நெப்போலியன், நிஜத்தில் பல போர்க்களங்களைக் கண்டவர். எதிரிகளைச் சாதுரியமாகத் தாக்கி வீழ்த்தும் வியூகம் அமைப்பதில் கில்லாடி. அவருக்கு செஸ் விளையாடவும் பிடிக்கும். ஆனால், சதுரங்கக் களத்தில் அவருக்கு எதிரி ராஜாவை மடக்கும் திறமை போதாது.

ஆட்டத்தின் ஆரம்பத்திலேயே அதிக வலிமையுடைய ராணியை

நகர்த்தி, வெளியில் விட்டுவிடுவார். (இதற்கு செஸ் விளையாட்டில் ‘நெப்போலியன் ஓப்பனிங்’ என்று பெயர்.) போர் போர் என்று எப்போதும் தன் அரசியான ஜோசஃபினை அங்கும் இங்கும் தன்னுடன் அலைய விட்டார் நெப்போலியன். அந்தக் கோபத்தில் ஜோசஃபின்கூட கேலியாகச் சொன்னார், ‘செஸ்ஸிலும் சரி, நிஜத்திலும் சரி, பேரரசருக்கு ராணியை தன்னுடைய இடத்தில் பாதுகாப்பாக வைத்திருக்கத் தெரியாது.’

கி.பி.1809-ல் வாக்ரம் (Wagram) என்ற இடத்தில் போரிட்டுக் கொண்டிருந்தபோது, ஓய்வு சமயத்தில் நெப்போலியன் செஸ் விளையாடினார். அதுவும் உலகின் முதல் எந்திர செஸ் பிளேயரான ‘தி டர்க்’ என்பதுடன். வெள்ளைக் காய்களைக் கொண்டு ஆட்டத்தை ஆரம்பித்த நெப்போலியன், வழக்கம்போல ராணியை வெளியில் கொண்டு வந்தார். சில நிமிடங்களிலேயே ராஜாவுக்கும் ராணிக்கும் சேர்த்து செக் வைத்தது டர்க். செஸ்ஸில் ஓர் எந்திரத்தைக்கூட நம்மால் தோற்கடிக்க முடியவில்லையே என்று மாவீரன் நெப்போலியனுக்கு வருத்தம்தான்.

மனித உருவம் கொண்ட பொம்மையான டர்க், கி.பி.1770-ல் வடிவமைக்கப்பட்டது. அது உட்கார ஒரு நாற்காலி, அதனுடன் இணைக்கப்பட பெரிய மரப்பெட்டி, அதன் மேல் செஸ் போர்ட். இதுதான் அந்த எந்திர செஸ் பிளேயரின் வடிவம். இந்த டர்க் அப்போதே உலகின் பல நாடுகளுக்கும் சென்று, பல்வேறு தேசத்தின் செஸ் ஆட்டக்காரர்களையும் தோற்கடித்துப் புகழ்பெற்றது.

செஸ்ல கிங் எப்பவுமே வீக்தான்!

பின்பே, ஓர் உண்மை கண்டுபிடிக்கப்பட்டது. டர்க்குடன் இணைந்த பெட்டியில் செஸ் நன்கு விளையாடத் தெரிந்த ஒரு மனிதன் உள்ளே ஒளிந்திருந்து காய்களை நகர்த்தி விளையாடியிருக்கிறான். பெட்டிக்குள் ரகசியமாக வடிவமைக்கப்பட்ட கண்ணாடிகள் மூலம் காய்களைக் கவனித்து, அவன் பொம்மையை இயக்கி பலரையும் ஏமாற்றியிருக்கிறான். ஆக, எந்திரத்திடமும் தோற்கவில்லை என்பதே நெப்போலியனுக்கான ஆறுதல்.

SAME TO YOU!

அமெரிக்காவின் அந்த அரசு அலுவலகத்துக்கு அன்றைக்கு ஒரு பெண் புகார் ஒன்றை அளிப்பதற்காக வந்தார். அவரது சோஷியல் செக்யூரிட்டி நம்பர் (நமக்கு ஆதார் நம்பர் போல) குறித்த புகார் அது. அதே நாளில் இன்னொரு பெண்ணும் அதே புகாருடன் அங்கே வந்தார். இருவரையும் விசாரித்தபோது அந்த இரு பெண்களும் சரி, மற்றவர்களும் சரி, ஆச்சரியத்தில் திகைத்துப் போயினர்.

விஷயம் இதுதான். இரண்டு பெண்களுக்கும் கம்ப்யூட்டர் செய்த தவறால் ஒரே சோஷியல் செக்யூரிட்டி நம்பர் கொடுக்கப்பட்டிருந்தது. கம்ப்யூட்டரே குழம்பிப் போக நியாயமான காரணங்களும் இருந்தன. இரண்டு பெண்களுக்கும் ஒரே பெயர் - பேட்ரீஷியா ஆன் கேம்பெல். இருவரது பிறந்த தேதி 1941, மார்ச் 31. இருவரது தந்தைகளின் பெயர், ராபர்ட் கேம்பெல். இரண்டு பெண்களுக்குமே 1959-ல் திருமணம் நடந்திருந்தது. இரண்டு பெண்களின் கணவர்களுமே ராணுவத்தில் வேலையில் இருந்தனர். இரண்டு பெண்களுக்கும் இரண்டு இரண்டு குழந்தைகள் இருந்தனர். அந்த குழந்தைகளுக்கான வயது 21 மற்றும் 19-ஆக இருந்தது.

பேட்ரீஷியா!
பேட்ரீஷியா!

இவ்வளவு ஒற்றுமை கொண்ட அந்த இரு பெண்களும் பின்பு உரையாடிக் கொண்டனர். 'நான் அக்கவுண்டண்டா வேலை பார்க்குறேன். நீங்க?' இன்னொரு பெண்ணும் சிரித்தபடியே சொன்னார், 'நானும் தான்!'

பட்டாணி அலாரம்

காலை நேரத்திலேயே அந்த மனிதர்கள் சுறுசுறுப்பாகக் கிளம்பி விடுவார்கள். வீடுகளின் கதவுகளை நீண்ட கைத்தடி கொண்டு பலமாகத் தட்டுவார்கள். மாடி வீடு என்றால் மேலே உள்ள ஜன்னலை நீண்ட மூங்கிலைக் கொண்டு தட்டுவார்கள். சிலர் நீண்ட ஊதுகுழலில் காய்ந்த பட்டாணிகளைப் போட்டு ஊதுவார்கள். அது பட் பட் பட் என கதவில் சத்தம் எழுப்பும். வீட்டுக்குள்ளிலிருந்து ஆள்கள் வந்து கதவைத் திறக்கும்வரை தட்டுவார்கள். வீட்டுக்குள்ளிருந்து ஆள் வெளியே வந்ததும் 'குட் மார்னிங்' சொல்லிவிட்டு, அடுத்து வீட்டுக்கு கதவைத் தட்டப் போய்விடுவார்கள்.

ஏன்? 'வேலைக்கு நேரமாகிவிட்டது. எழுந்து கிளம்புங்கள்' என்று காலையிலேயே வீடு, வீடாகச் சென்று தூங்குபவர்களை எழுப்பி விடுவதே அவர்கள் வேலை. 1920-களில் பிரிட்டனிலும் அயர்லாந்திலும் இப்படி எழுப்பிவிடும் மனிதர்கள் இருந்தார்கள். அவர்கள் பெயர் *Knocker-up.* இதற்கு மாதச்சம்பளம் உண்டு. எழுப்பிவிட வேண்டியவர்களே தூங்கிவிட்டு தாமதமாகப் போனால் அவர்களுக்கு சம்பளத்தில் பிடித்தமும் உண்டு.

இப்படி
எல்லாம்கூட
இருந்திருக்கு !

1950-களில் எல்லோரும் வாங்கும் விலையில் அலாரம் கடிகாரம் கிடைக்க ஆரம்பித்த பின், உலகில் இப்படி ஒரு வேலையே மறைந்து போனது.

எரியும் தாடி!
பறக்கும் தொப்பி!

பதினெட்டாம் நூற்றாண்டின் ஆரம்பத்தில் புகழுடன் விளங்கிய இங்கிலாந்தின் கடற்கொள்ளையன் பெஞ்சமின் ஹார்னிகோல்ட். கடலில் அவனது கப்பல் தெரிகிறது என்றாலே மற்ற வணிகக் கப்பல்களுக்கும், பயணிகள் கப்பல்களுக்கும் வியர்க்க ஆரம்பித்துவிடும். அவ்வளவு பயங்கரமானவன். கொடுமைக்காரன்.

கி.பி.1717-ல், ஹோண்டுராஸ் கடற்பகுதியில் வணிகக் கப்பல் ஒன்றை பெஞ்சமின் தலைமையிலான கடற்கொள்ளையர்கள் சூழ்ந்து கொண்டார்கள். பெஞ்சமின் தலைமையில் கையில் ஆயுதங்களுடன் அந்த வணிகக் கப்பலுக்குள் கொள்ளையடிப்பதற்காகக் குதித்தார்கள். அந்த வணிகர்கள் இன்றைக்கு எத்தனை பேர் தலை உருளப்போகிறதோ என்று பயத்தில் கண்ணீர் விட ஆரம்பித்தார்கள். சிலர் கெஞ்சவும் செய்தார்கள். 'தயவுசெய்து எங்களை விட்டுவிடுங்கள். கொன்று விடாதீர்கள்!'

ஆனால், பெஞ்சமின் கட்டளைப்படி, கொள்ளையர்கள் வணிகக்கப்பலில் இருந்தவர்கள் அணிந்த தொப்பிகளை மட்டும் பறிக்க ஆரம்பித்தார்கள். 'வேறெங்கே தொப்பிகள் இருக்கின்றன?' என்று கேட்டு, தேடி எடுத்துக் கொண்டார்கள். வேறு செல்வங்கள் எதையும் தொடக்கூட இல்லை. யாரையும் காயப்படுத்தவில்லை. தொப்பிகளை மட்டும் எடுத்துக் கொண்டு கொள்ளையர்கள் கிளம்பினார்கள்.

வணிகக் கப்பலில் இருந்தவர்கள் புரியாமல் விழிக்க, பெஞ்சமின் வில்லத்தனமாகச் சிரித்துவிட்டுச் சொன்னான். ‘நேற்று எல்லோரும் போதையில் எங்கள் தொப்பிகளை கடலுக்குள் விட்டெறிந்து விளையாடினோம். தொப்பிகள் இல்லாமல் இருந்தால் மரியாதையாக இல்லை அல்லவா. அதான், தொப்பிகளைக் கொள்ளையடிக்க மட்டும் உங்கள் கப்பலை முற்றுகையிட்டோம். நீங்கள் போகலாம்!’

அன்றைக்கு அந்த வணிகர்களுக்குத் தலைக்கு வந்த ஆபத்து தொப்பியோடு போனது.

பெஞ்சமினின் சமகாலத்தில் வாழ்ந்த, புகழ்பெற்ற இன்னொரு கடற்கொள்ளையன் பிளாக் பியர்ட். கருவென வளர்ந்து, ஆலமர விழுதுகள் போல தொங்கும் மீசைக்கும் தாடிக்கும் சொந்தக்காரன் என்பதால் இந்தப்பெயர். இங்கிலாந்தைச் சேர்ந்தவன். ஏகப்பட்ட கப்பல்களை மறித்து ஏராளமான செல்வங்களைக் கொள்ளையடித்தவன்.

கொள்ளையடிக்க ஒரு கப்பலில் குதிக்கும்போதோ அல்லது எதிரியுடன் மோதுவதற்காகக் களத்தில் குதிக்கும்போதோ, வளர்ந்து தொங்கும் தன் மீசை, தாடி நுனியில் நெருப்பைப் பற்ற வைப்பான். அந்த நெருப்பின் மத்தியில் அவன் முகத்தைப் பார்க்க பயங்கரமாக இருக்கும். அதோடு கர்ஜிக்க எதிரில் இருப்பவர்கள் மிரண்டு பணிந்துவிடுவார்கள். இதுதான் அவனது பயமுறுத்தும் தந்திரம். அவன் மீசைக்குத் தீ வைத்தான் என்பது பொய். அதனுள் ஒளித்து வைத்திருந்த சிறிய மெழுகுவர்த்தியைக் கொளுத்தியே பயமுறுத்தினான் என்று சிலர் சொல்வார்கள்.

தாடிக்காரன்
செம டெரர்!

இன்னொரு புகழ்பெற்ற பொய்யும் உண்டு. பிளாக் பியர்ட் கொல்லப்பட்ட பிறகு, கடலில் வீசப்பட்ட உடல், அவனது கப்பலை மூன்று முறை சுற்றி வந்ததாம்!

ராணுவம் இல்லாத நாடு!

கி.பி. 1866. ஆஸ்திரிய - பிரெஷ்யப் போர் அல்லது ஜெர்மனி ஒன்றிணைப்பிற்கான போர் நடைபெற்றது. ஆஸ்திரியாவின் தலைமையின் கீழ், அதன் ஆதரவு ஜெர்மானிய சிற்றரசுகள் ஒன்றிணைந்து களமிறங்கின. இன்னொரு பக்கம் பிரஷ்யா, தன் ஆதரவு ஜெர்மானிய சிற்றரசுகளோடு கைகோத்துக் களமிறங்கியது. பிரஷ்யாவுக்கு இத்தாலியின் படைபலமும் ஆதரவு கிடைத்ததால் ஏழு வாரங்கள் நடைபெற்ற போரில் அதுவே வெற்றி பெற்றது.

லீக்கின்ஸ்டைன் (Liechtenstein) என்ற உலகின் மிகச்சிறிய நாடுகளுள் ஒன்று. ஆஸ்திரியாவுக்கும் சுவிட்சர்லாந்துக்கும் இடையே ஆல்ப்ஸ் மலைப்பகுதியில் அமைந்தது. ஆஸ்திரியாவுடன் நல்லுறவில் இருந்த இந்த நாடும் ஆஸ்திரிய - பிரெஷ்யப் போருக்காக தனது ராணுவத்தை அனுப்பி வைத்தது. அந்தப் படையில் 80 பேர் இருந்தார்கள். வெறும் 80 பேர்தான். அவர்களுக்கு ஒரு விஷயம் தெளிவாக அறிவுறுத்தப்பட்டிருந்தது.

'போருக்குச் செல்லுங்கள். ஆயுதங்களை எல்லாம் உபயோகிக்கக்கூடாது. யாரையும் தாக்கவெல்லாம் கூடாது. அமைதியாகச் சென்றுவிட்டு, சமர்த்தாகத் திரும்பி வந்துவிடுங்கள்.'

போர் முடிந்தததும் அவர்களும் டூர் போய்விட்டுத் திரும்புவதுபோல ஜாலியாக வந்து சேர்ந்தனர். ஆனால், 81 பேராக. வழியில் அவர்கள் சந்தித்த இத்தாலியர் ஒருவர், பலருடனும் நண்பராகிவிட, அவரையும் தங்களுடனேயே அழைத்துக் கொண்டு வந்துவிட்டனர்.

1868-ல் லீக்கின்ஸ்டைனின் அந்த சிறிய ராணுவமும் கலைக்கப்பட்டது. இனி எந்தப் போரிலும் லீக்கின்ஸ்டைன் பங்குபெறாது என்று அறிவிக்கப்பட்டது. முதல், இரண்டாம் உலகப்போர்களில்கூட அந்தக்குட்டி நாடு நடுநிலையே வகித்தது. இப்போதுகூட லீக்கின்ஸ்டைனுக்கும், சுவிட்சர்லாந்துக்கும் இடையில் எல்லையில் வேலிகள்கூட கிடையாது. இரு நாட்டவர்களும் பாஸ்போர்ட் இன்றி அங்கும் இங்கும் போய்வரலாம்.

2007. லீக்கின்ஸ்டைன் எல்லைப்பகுதியில் ஆயுதங்களோடு பயிற்சி எடுத்துக் கொண்டிருந்த சுவிட்சர்லாந்து ராணுவ வீரர்கள் 170 பேர், இரவில் பனியும் குளிரும் அதிகமாக இருந்ததால் தெரியாமல் எல்லை தாண்டிப் போய்விட்டனர். ஆனால், இப்படி எல்லை தாண்டுவது அந்த நாட்டுடன் போர் தொடுக்கிறோம் என்று அறிவிப்பது போன்றது. என்னது ராணுவமே இல்லாத ஒரு நாட்டின் மீது போர் தொடுப்பதா?

ஆனால், சுவிட்சர்லாந்தும் நடுநிலையான நாடே. லீக்கின்ஸ்டைன் தரப்பிலிருந்து சுவிட்சர்லாந்து தரப்பினருக்கு போன் செய்து கேட்டனர். ‘என்ன சார், போர் எதுவும் தொடுக்கப் போறீங்களா?’

இதைப் பார்த்து
உலக நாடுகள்
திருந்தணும்!

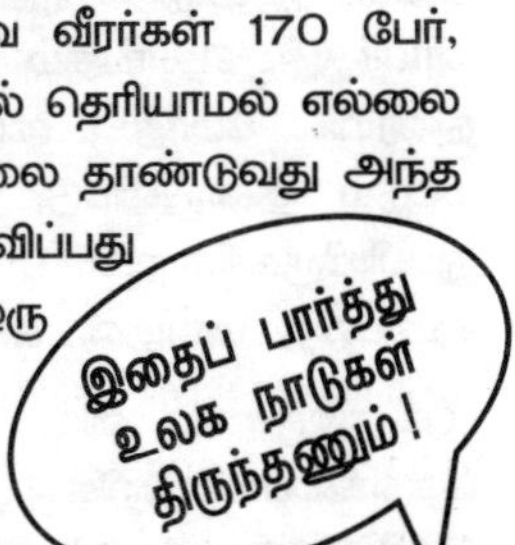

சுவிட்சர்லாந்து தரப்பினர் சிரித்தபடியே பதில் சொன்னார்கள். ‘தெரியாம நடந்திருச்சு. மன்னிச்சுக்கோங்க.’

குரங்கின் கண்டுபிடிப்பு

கிறிஸ்து பிறப்பதற்கு சுமார் 600 வருடங்களுக்கு முன்பு, அமேசான் காடுகளில் சில குரங்குகள் வழக்கத்தைவிட மிக உற்சாகமாகத் திரிவதை மனிதன் கவனித்திருக்கிறான். சேட்டை என்பது குரங்கின் இயல்பு. ஆனால், ஒரு சில குரங்குகள் மட்டும் சேட்டை[2], சேட்டை[3] என்று அட்டகாசம் செய்து கொண்டிருப்பதைக் கண்டிருக்கிறான். இவை மட்டும் எதனால் இவ்வளவு உற்சாகமாகத் திரிகின்றன என்ற சந்தேகத்துடன் மனிதன் அந்தக் குரங்குகளைப் பின்தொடர்ந்து கண்காணித்திருக்கிறான்.

அப்போது அந்தக் குரங்குகள், ஒரு மரத்தில் 'ரக்பி' பந்து வடிவத்தில் காய்த்துத் தொங்கும் பழங்களைப் பறித்திருக்கின்றன. அவற்றைத் தரையில் மோதி உடைத்து, பழத்தினுள் இருக்கும் சதைப்பகுதிகளை மட்டும் தின்றுவிட்டு, கொட்டைகளை அரைகுறையாகக் கடித்துத் துப்பியிருக்கின்றன. பழங்களைத் தின்றபின் குரங்குகளிடம் உற்சாகம் கூடியதை மனிதன் கவனித்தான்.

'ஓ... இதுதான் விஷயமாக இருக்குமோ' என்று மனிதனும் அந்தப் பழங்களைப் பறித்து உண்டு பார்த்தான். சதைப்பகுதி கொஞ்சம் இனிப்பாகவும், விதைகள் லேசான கசப்புச் சுவையுடனும் இருந்தன. ஆனால், அதன் சுவை மனிதனுக்குப் பிடித்துப் போனது. அந்த மரம் கோகோ மரம். அவை கோகோ பழங்கள். குரங்கு கடித்துத் துப்பிய அந்த விதைகள்தாம், சாக்லேட் தயாரிக்கத் தேவையான மூலப்பொருளான கோகோ பீன்ஸ் அல்லது கோகோ விதைகள்.

ஆம், நாமெல்லாம் விரும்பிச் சாப்பிடும் சாக்லேட்டைக் கண்டுபிடித்தவை குரங்குகளே!

அண்டாவில் கங்கை!

ஜெய்ப்பூரின் மஹா ராஜாவாக இருந்தவர் இரண்டாம் மாதோ சிங். அவர் கங்கை நீரைத் தவிர வேறெதையும் குடிக்க மாட்டார். வேறெதிலும் குளிக்கவும் மாட்டார். கி.பி. 1902-ல் இங்கிலாந்து அரசராக ஏழாம் எட்வர்ட் பதவியேற்கவிருந்த நிகழ்ச்சிக்காக, மாதோ சிங் லண்டன் செல்ல வேண்டியிருந்தது. அங்கே கங்கை நீருக்கு என்ன செய்ய முடியும்? யோசித்த மாதோ சிங், கொல்லர்களை வரவழைத்தார். மூன்று பெரிய வெள்ளி கூஜாக்களை உடனே தயாரிக்கச் சொல்லி கட்டளையிட்டார். ஒவ்வொன்றும் சுமார் 350 கிலோ எடையில் தயாராயின. ஒவ்வொன்றிலும் சுமார் 8000 லிட்டர் கங்கை நீர் நிரப்பப்பட்டது.

தனி கப்பலில் மகாராஜா பயணம் செய்ய, அதில் மூன்று மெகா வெள்ளி கூஜாக்களுக்கும் ஏற்றப்பட்டன. மாதோ சிங்கின் பயணம் சில வாரங்கள் மட்டுமே என்பதால், மூன்று கூஜாக்களின் கங்கை நீரும் முழுவதுமாக காலியாவதற்கு முன்பாகவே லண்டன் பயணத்திலிருந்து திரும்பிவிட்டார். அவரது பணியாளர்கள் நிம்மதிப் பெருமூச்சு விட்டனர்.

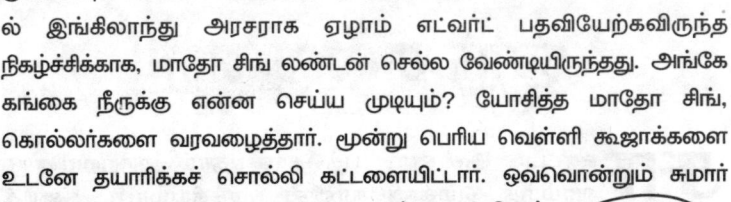

சரியான இம்சை அரசன்

காலுக்கு ஒரு கல்லறை!

சாண்ட்டா அன்னா, பத்தொன்பதாம் நூற்றாண்டில் வாழ்ந்த மெக்ஸிகோவின் முக்கியமான தளபதி. அனுபவஸ்தர். கலகம் ஒன்றில் புரட்சியாளர்களை ஒடுக்கும் பணியில் சாண்ட்டா அன்னா கொஞ்சம் தடுமாறினார். அதனால், அவருக்கு வலுக்கட்டாயமாக ஓய்வளிக்கப்பட்டது. மெக்ஸிகோ அரசு, பிரான்ஸிடம் ஏகப்பட்ட கடன் வாங்கியிருந்தது. அதைத் திருப்பிச் செலுத்தாமல் ஏமாற்றியது. பொறுமையிழந்த பிரான்ஸ், தனது படைகளை அனுப்பி மெக்ஸிகோவின் முக்கியமான பகுதிகளை முற்றுகையிட்டது.

பிரான்ஸ் படைகளைச் சமாளிக்க மீண்டும் தளபதி சாண்ட்டா அன்னா களமிறக்கப்பட்டார். நெஞ்சை நிமிர்த்தி களமிறங்கிய அன்னாவின் இடது காலில் பிரான்ஸின் பீரங்கி குண்டு ஒன்று வந்து விழுந்தது. மெக்ஸிகோ மருத்துவர்கள் எவ்வளவோ போராடியும் முட்டிக்குக் கீழ் அன்னாவின் காலை எடுக்க வேண்டியதாயிற்று.

ஒரு கட்டத்தில் மெக்ஸிகோ அரசு, கடனைத் திருப்பிச் செலுத்துவதாகச் சொன்னதால் பிரான்ஸ் தனது படைகளை வாபஸ் வாங்கியது. ஆனால், அன்னாவால்தான் தாங்கிக் கொள்ள முடியவில்லை. அய்யோ, போரில் என் அருமைக் காலை இழந்துவிட்டேனே!

தன் காலை மரியாதையுடன் அடக்கம் செய்ய ஏற்பாடுகளைச் செய்தார் அன்னா. அந்த ஒற்றைக் கால், அலங்காரம் செய்யப்பட்ட வண்டி ஒன்றில் ராணுவ மரியாதையுடன் சண்டா பவுலா கல்லறைத் தோட்டத்துக்குக் கொண்டு செல்லப்பட்டது. மதகுருமார்கள் பலரும் இணைந்து அந்தக் காலுக்காகப் பிரார்த்தனை செய்தார்கள். பலரும் அந்தக் காலின் அருமை, பெருமைகளை மணிக்கணக்கில் பேசினார்கள். அந்தக் காலை புகழ்ந்து கவிஞர்கள் கவிதை பாடினார்கள். பீரங்கிகள் முழங்க மரியாதையுடன், அந்தக் கால் பளிங்கு ஜாடி ஒன்றில் வைக்கப்பட்டு புதைக்கப்பட்டது.

மரக்கட்டையால் ஆன செயற்கைக் கால் ஒன்றுடன் நடமாடினார் அன்னா. அரசியல்வாதியாகவும் உயர்ந்தார். கூட்டத்தில் பேசும்போது, தனது செயற்கைக் காலை கழற்றி தலைக்கு மேல் தூக்கி ஆட்டியபடி, 'பார்த்தீர்களா, நான் இந்தத் தேசத்துக்காக காலையே இழந்திருக்கிறேன்!' என்றார் உருக்கமாக. அப்படியாக காலைக் காட்டிப் பேசிப்பேசியே மெக்ஸிகோவின் அதிபர் பதவியிலும் உட்கார்ந்தார் அன்னா.

கைப்புள்ள
மாதிரி
இவர் கால்புள்ள!

1847-ல் மெக்ஸிகோவுக்கும் அமெரிக்காவுக்கும் இடையேயான போரில் அந்தச் செயற்கைக் காலையும் இழந்தார் அன்னா. ஆம், அமெரிக்கர்கள் அவரது செயற்கைக் காலை உருவிக் கொண்டு கிளம்பினார்கள். இப்போது அந்தச் செயற்கைக்கால் அமெரிக்காவின் இல்லினோஸ் ராணுவ மியூஸியத்தில் பத்திரமாக வைக்கப்பட்டுள்ளது.

கலிகுலாவின் குதிரை

கலிகுலா ரோம் சாம்ராஜ்ஜியத்தின் சரித்திரத்திலேயே கற்பனைகளையும் தாண்டிய கொடுமைக்கார அரசராக விளங்கியவர். அவருக்கும் அன்பு இருந்தது. ஆனால், மனிதர்களை நேசிக்காமல், தான் வளர்த்த குதிரை ஒன்றின் மீது ஏகப்பட்ட அன்பைக் கொட்டினார். குதிரைக்கு அவர் வைத்த பெயர் இன்ஸிட்டேடஸ். தன்னையே கடவுளாக அறிவித்துக் கொண்டவர் கலிகுலா என்பதால், அவரது குதிரையும் புனித வாகனமாகத்தான் பார்க்கப்பட்டது. இன்ஸிட்டேடஸ் தங்குவதற்கென குட்டி மாளிகை ஒன்றைக் கட்டிக் கொடுத்தார். அதற்குப் பணிவிடைகள் செய்வதற்கென அடிமைகளும், படை வீரர்களும் தனியாக நியமிக்கப்பட்டிருந்தார்கள்.

கலிகுலா, தன்னுடன் விருந்து உண்ண இன்ஸிட்டேடஸையும் அவ்வப்போது அழைப்பார். தங்க ஆபரணங்கள் அணிந்து விருந்துக்கு வந்து ஜம்மென்று அது நிற்கும். கலிகுலா அதற்கு தங்கத் தட்டில்

உணவு பரிமாறுவார். தங்கக் கோப்பையில் ஒயின் ஊட்டுவார். தங்கம் கலந்த ஓட்ஸைத் தானே ஊட்டி விடுவார். மறுநாள் இன்ஸிட்டேடஸ் ஏதாவது பந்தயத்தில் கலந்துகொள்ளப் போகிறதென்றால், அன்றைக்குச் சுற்றுவட்டாரத்தில் யாரும் எந்தவிதச் சத்தமும் எழுப்பக்கூடாது என்பது கலிகுலாவின் கட்டளை. அதன் கவனம் சிதறிவிடக்கூடாதல்லவா.

ஒருமுறை கலிகுலாவின் ராஜ்ஜியத்தில் 'வெளிநாட்டுத் தூதுவர்' பதவிக்கு திறமையான ஒருவரை நியமிக்க வேண்டியதிருந்தது. யார் நியமிக்கப்படுவார் என்று பலரும் ஆர்வமுடன் காத்திருக்க, தன் குதிரைக்கு அந்தப் பதவி கொடுத்து கௌரவித்தார் கலிகுலா.

கொடுத்து வைத்த குதிரை!

'ஜேக்' ஃப்ரூட்!

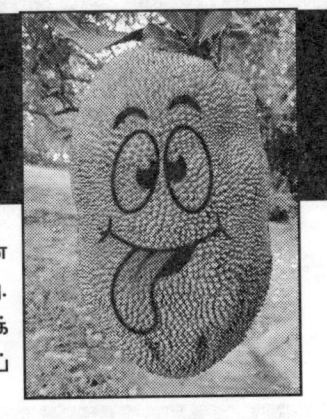

பலாப்பழத்துக்கு ஆங்கிலத்தில் ஏன் Jack Fruit என்ற பெயர் வந்தது. ஜேக் என்பவர்தான் பலாப்பழத்தைக் கண்டுபிடித்தாரா? அல்லது அதற்குப் பெயர் வைத்தாரா? இல்லை.

பலாப்பழம் தெற்காசியாவைப் பூர்விகமாகக் கொண்டது. இந்திய மண்ணின் பழம் என்றும் அதைச் சொல்லலாம். பதினாறாம் நூற்றாண்டில் கேரளாவுக்கு வந்த போர்ச்சுக்கீசியர்கள் பலாவைச் சுவைத்துவிட்டு, அதன் பெயரைக் கேட்டிருக்கிறார்கள். 'சக்கைப் பழம்' என்று கேரள மக்கள் மலையாளத்தில் பதில் சொல்லியிருக்கிறார்கள். சக்கை என்பதை போர்ச்சுக்கீசியர்கள், Jaca Fruit என்று புரிந்துகொண்டு பதிவு செய்தார்கள். அதுவே பின்பு ஆங்கிலத்தில் மாறியபோது Jack Fruit என்று ஆனது. ஆக, பலாவுக்கும் ஜேக்குக்கும் எந்தத் தொடர்பும் கிடையாது.

நாய் BOMB!

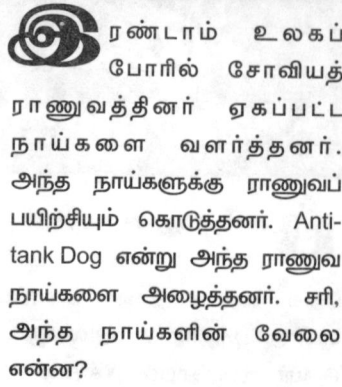

இரண்டாம் உலகப் போரில் சோவியத் ராணுவத்தினர் ஏகப்பட்ட நாய்களை வளர்த்தனர். அந்த நாய்களுக்கு ராணுவப் பயிற்சியும் கொடுத்தனர். Anti-tank Dog என்று அந்த ராணுவ நாய்களை அழைத்தனர். சரி, அந்த நாய்களின் வேலை என்ன?

வெடிகுண்டை எடுத்துச் சென்று, யாருக்கும் தெரியாத வண்ணம் எதிரியின் ராணுவ டாங்கிகளுக்கு அடியில் வைத்துவிட்டு வந்துவிட வேண்டும். அந்த வெடிகுண்டில் டைம் செட் செய்யப்பட்டிருக்கும். குறித்த நேரத்தில் குண்டு வெடிக்க, எதிரியின் டாங்கி டமார்!

இரண்டாம் உலகப்போரில் எதிரி நாடான ஜெர்மனியின் டாங்கிகளை அழிக்க, சோவியத் இவ்விதமாக தனது ராணுவ நாய்களை வெடிகுண்டுகளுடன் ஏவிவிட்டது. ஒன்று நாய்கள் சொதப்பின. சரியாகக் குண்டுகளை வைக்கவில்லை. அல்லது டைமிங் சொதப்பியதில் குண்டுகள் வெடித்து, பாவம்... நாய்களே செத்துப்போயின. அல்லது அந்த நாய்கள் சோவியத்தின் டாங்கிகளுக்குக் கீழேயே வெடிகுண்டுகளை வைத்துவிட்டு வந்தன. காரணம், நாய்களுக்குப் பயிற்சி கொடுக்கும்போது சோவியத் டாங்கிகளைத்தான் பயன்படுத்தியிருந்தனர். அந்த நினைப்பில் 'நன்றி கெட்ட நாய்கள்', சொந்த டாங்கிகளையே தகர்த்தன.

நாய்கள் மீது தப்பில்லை!

இப்படி Anti-tank Dog திட்டம் பலத்த தோல்வியையே தழுவியது. வேறு சில நாடுகளும் இதே போன்று நாய்களை வைத்து முயற்சி செய்து பார்த்திருக்கின்றன. என்றைக்குமே இந்தத் திட்டம் வெற்றி பெற்றதில்லை.

ஐன்ஸ்டீனின் சொதப்பல்கள்!

அல்பர்ட் ஐன்ஸ்டீன் உலகப்புகழ் பெற்ற அறிவியல் அறிஞர் என்பது தெரியும். ஆனால், அவரது ஞாபக மறதி அவரைவிட புகழ்பெற்றது என்பது பலருக்குத் தெரியாது. ஒருமுறை டாக்ஸியில் ஏறிவிட்டு, 'உங்களுக்கு ஐன்ஸ்டீனின் வீடு தெரியுமா?' என்று அவர் கார் ஓட்டுநரிடம் கேட்க, 'அவர் உங்களுக்குத் தெரிந்தவரா?' என்று பதிலுக்கு ஓட்டுநர் கேட்க, 'இல்லை, நான்தான் அது' என்றார் ஐன்ஸ்டீன். அவர், தன் வீடு எங்கிருக்கிறது என்பதையே மறந்து போயிருந்தார்.

இன்னொரு முறை தான் வசித்து வந்த அமெரிக்காவின் நியு ஜெர்ஸி மாகாணத்திலிருந்த பிரின்ஸ்டன் பகுதியிலிருந்து ரயில் ஏறினார் ஐன்ஸ்டீன். ஒவ்வொருவரிடமும் டிக்கெட் கேட்டு, அதில் துளையிட்டு வந்த பரிசோதகர் ஐன்ஸ்டீனிடமும் வந்தார். ஜன்ஸ்டீன் முதலில் தன் கோட் பாக்கெட்டில் டிக்கெட்டைத் தேடினார். இல்லை. அடுத்து பேண்ட் பாக்கெட்டில். அடுத்து சட்டைப்

பாக்கெட்டில். பின் தன் வைத்திருந்த சிறு பெட்டியில் தேடினார். எதிலும் இல்லை. கீழே விழுந்துவிட்டதோ என்று சுற்றியும் தேடிப்பார்த்தார்.

'டாக்டர் ஐன்ஸ்டீன், நீங்கள் யாரென்று எனக்குத் தெரியும். நீங்கள் டிக்கெட் வாங்கியிருப்பீர்கள் என்பதும் எனக்குத் தெரியும். பரவாயில்லை. பதறாதீர்கள்' என்று கனிவு காட்டினார் பரிசோதகர். ஐன்ஸ்டீனும் நன்றியுடன் அவரைப் பார்த்து புன்னகை செய்தார்.

பரிசோதகர் அடுத்தடுத்த நபர்களிடம் டிக்கெட் பரிசோதிக்கச் சென்றுவிட்டு, சில நிமிடங்கள் கழித்து மீண்டும் ஐன்ஸ்டீன் இருக்கும் இடத்துக்கு வந்தார். அப்போதும், ஐன்ஸ்டீன் மும்முரமாகத் தன் டிக்கெட்டைத் தேடிக் கொண்டிருந்தார். அதுவும் குனிந்து, நிமிர்ந்து, சீட்டுக்குக் கீழ் படுத்தெல்லாம் தேடிக் கொண்டிருந்தார். ஒரு பெரிய அறிவியல் அறிஞர் இப்படித் தேடுவதைக் கண்டு பொறுக்காத பரிசோதகர், 'டாக்டர் ஐன்ஸ்டீன், நான்தான் டிக்கெட் வேண்டாம் என்று சொல்லிவிட்டேனே. விட்டுவிடுங்கள்' என்றார்.

ஐன்ஸ்டீன் பணிவாக பதில் சொன்னார். 'இளைஞனே, உனக்கு டிக்கெட் வேண்டாம். ஆனால், எனக்கு வேண்டும். அதைப் பார்த்தால்தான் நான் எங்கே இறங்க வேண்டும் என்பதே எனக்குத் தெரியும்!'

ஆட்டம் காட்டிய நாய்

1962 உலகக் கோப்பை கால்பந்து போட்டிகள் சிலியில் நடைபெற்றன. இங்கிலாந்துக்கும் பிரேசிலுக்கும் இடையே காலிறுதிப் போட்டி நடைபெற்றுக் கொண்டிருந்த போது, மைதானத்துக்குள் கருப்பு நிற நாய் ஒன்று புகுந்துவிட்டது. வீரர்கள் ஓடும் திசையெல்லாம் அதுவும் ஓட ஆரம்பித்தது. ஒரு கட்டத்தில் வீரர்கள் பந்தைத் துரத்துவதை விட்டுவிட்டு நாயைத் துரத்த ஆரம்பித்தனர். கோல் கீப்பர், பந்தைப் பிடிக்கிறோமோ இல்லையோ எப்படியாவது நாயையாவது பிடித்துவிட வேண்டுமென்று அதைப் பிடிக்க நினைத்து தோல்வி கண்டார். யாராலும் நாயைப் பிடிக்க முடியவில்லை. இங்கிலாந்து வீரர்களுக்கு பிரேஸிலின் நட்சத்திர வீரர் பீலேயைச் சமாளிப்பதைவிட அந்த நாயைச் சமாளிப்பது கஷ்டமாகத் தெரிந்தது. ஆட்டம் தடைபட்டு நேரமும் வீணாகிக் கொண்டிருந்தது.

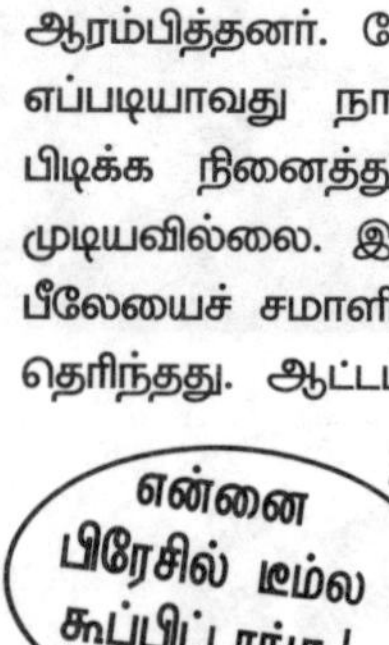

என்னை
பிரேசில் டீம்ல
கூப்பிட்டாங்க !

இந்தச் சமயத்தில் மைதானத்தின் நடுவில் இங்கிலாந்து வீரர் ஒருவர் தரையில் முட்டி போட்டு தவழ்ந்தபடி, செல்லமாகச் சத்தம் எழுப்பி நாயை எதிர்கொண்டார். நாய் அவர் மீது நம்பிக்கை வைத்து, அவரை நெருங்கியது. சட்டென அதைப் பிடித்துத் தூக்கினார். பின்னர் நாய் மைதானத்திலிருந்து வெளியேற்றப்பட்டது. அந்த நாயின் பெயர் என்னவென்று தெரியவில்லை. அதை லாகவமாகப் பிடித்து வெளியேற்றிய வீரரின் பெயர் 'ஜிம்மி' என்ற ஜிம்மி கீரிவ்ஸ்.

129 ஆண்டுகள்!

பிரான்ஸின் சக்கரவர்த்தியாக தன் வீரத்தால் உலகை மிரட்டிய நெப்போலியன். இரண்டாம் உலகப்போரால் உலகையே பதைபதைக்கச் செய்த ஜெர்மானிய சர்வாதிகாரி ஹிட்லர். வரலாற்றில் இருவருக்கிடையேயும் பல விஷயங்கள் தன்னிச்சையாக ஒரே போல அமைந்திருப்பது வியப்பான ஒன்று.

நெப்போலியன் ஒரு ராணுவத் தளபதியாக உருவெருக்கக் காரணமான பிரெஞ்சுப் புரட்சி நடந்தது 1789-ல். ஹிட்லரை அரசியல் பாதையை நோக்கி நகர்த்திய ஜெர்மன் புரட்சி நடந்தது 1918-ல். இரண்டுக்கும் இடையேயான இடைவெளி 129 ஆண்டுகள். நெப்போலியன் பிரான்ஸின் சக்கரவர்த்தி ஆன ஆண்டு 1804. ஹிட்லர் ஜெர்மனியின் சான்ஸிலர் ஆன ஆண்டு 1933. இரண்டுக்குமிடையேயான இடைவெளி 129 ஆண்டுகள். 1809-ம் ஆண்டில் நெப்போலியன் ஆஸ்திரியாவைத் தோற்கடித்தார். 1938-ம் ஆண்டில் ஹிட்லர் ஆஸ்திரியாவைக் கைப்பற்றி நாஜி ஜெர்மனியுடன் இணைத்துக் கொண்டார். இடைவெளி 129 ஆண்டுகள். 1812-ல் நெப்போலியன் ரஷ்யா மீது படையெடுத்தார். 1941-ல் ஹிட்லரின் நாஜிப்படைகள் சோவியத் ரஷ்யாவை நோக்கி முன்னேறின. இடைவெளி 129 ஆண்டுகள். நெப்போலியனின் வீழ்ச்சி 1814-ல் நடந்தது. இரண்டாம் உலகப்போரில் ஹிட்லரின் வீழ்ச்சி, 1943-ல் ஆரம்பமானது. இரண்டுக்குமான இடைவெளி 129 ஆண்டுகள்.

ஹிட்லருக்கே இது தெரியாது!

நெப்போலியன், ஹிட்லர் என்ற இரு மாபெரும் ஆளுமைகளின் வீழ்ச்சிக்குக் காரணமும் ரஷ்யாதான் என்பதும் கூடுதல் ஒற்றுமை.

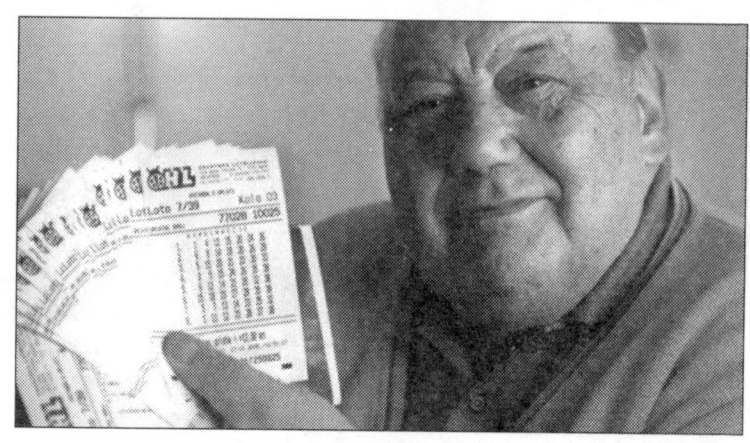

செத்துச் செத்து விளையாடலாமா?

பிரேன் செலக் குரோஷியாவைச் சேர்ந்த இசை ஆசிரியர். 'செத்துச் செத்து விளையாடலாமா' என்று விதி இவரிடம் ஏழு முறை கேட்டுச் சென்றிருக்கிறது.

1962-ல் செலக் தன் வாழ்வில் முதன் முதலில் விபத்தில் சிக்கினார். அவர் பயணம் செய்த ரயில், கடும் மழையில் தடம் புரண்டு ஆற்றில் விழுந்தது. செலக்குடன் பயணம் செய்த 17 பேர் இறந்து போயினர். யாரோ ஒருவர் கையைப் பிடித்துத் தூக்கிவிட செலக் உயிர் தப்பினார். கை மட்டும் உடைந்து போனது. அடுத்த வருடம் ஒரு சிறிய விமானத்தில் பயணம் செய்தார் செலக். அது அவரது முதல் விமானப் பயணம். அதற்கு மேல் விமானத்திலேயே பயணம் செய்யக்கூடாது என்று மரண பயத்தைக் காட்டிய பயணமாகவும்

ஆகிப் போனது. பறந்து கொண்டிருந்த விமானம் கட்டுப்பாடு இழந்து தரையை நோக்கி விழுந்து கொண்டிருந்தது. அப்போது விமானத்தின் பின் கதவு திறந்துகொள்ள, செலக் அதன் வழியாக வெளியே தூக்கி வீசப்பட்டார். விமானம் தரையில் விழுந்து நொறுங்கி, அதில் பயணம் செய்த அனைவருமே இறந்துபோயினர். செலக், வைக்கோல் குவியல்மீது விழுந்து அதிர்ஷ்டவசமாக உயிர் தப்பினார்.

1966-ல் ஒரு பேருந்தில் செலக் பயணம் செய்தபோது, அதுவும் விபத்துக்குள்ளாகி ஆற்றில் விழுந்தது. நான்கு பேர் மூழ்கிப்போக, கஷ்டப்பட்டு நீந்திக் கரையேறினார் செலக். அதற்குப்பின் தன் சொந்தக் காரில் மட்டுமே பயணம் செய்ய முடிவெடுத்தார். 1970-ல் செலக் ஓட்டிச் சென்ற கார், ஏதோ கோளாறில் தீப்பற்றிக் கொள்ள, அதன் எரிபொருள் டேங்க் வெடிக்கும் முன்பே, வெளியே குதித்து உயிர் தப்பினார். 1973-ல் மீண்டும் ஒரு கார் விபத்து. ஓட்டிச் சென்ற செலக், தீக்காயங்களுடன் உயிர் தப்பினார். அவரது தலைமுடி முழுக்க கருகிப் போனது. 1995-ல் ஒரு பஸ் செலக் மீது மோதியது. சிறிய காயங்களுடன் எப்படியோ தப்பினார். 1996-ல் மலைப்பாதையில் கார் ஓட்டிச் சென்றார் செலக். ஓர் ஆபத்தான வளைவில் டிரக் வருவதைக் கவனிக்காமல் காரை பள்ளத்துக்குள் விட்டார். பாதாளம் நோக்கிப் பாய்ந்த காரிலிருந்து வெளியே குதித்த செலக், ஒரு மரத்தில் தொங்கிக் கொண்டிருந்தார். அவரது கண் முன்பாகவே கார் கீழே விழுந்து வெடித்துச் சிதறியது.

இப்படியாக ஏழு முறை மரணத்திடம் இருந்து தப்பிய செலக்குக்கு 2003-ல் அதிர்ஷ்டம் காத்திருந்தது. தனது 73-வது வயதில் அவருக்கு லாட்டரி டிக்கெட்டில் பரிசு விழுந்தது (அமெரிக்க மதிப்பில் $1,110,000). இதற்குத்தான் செலக் இத்தனை விபத்துகளில் இருந்தும் தப்பியிருக்கிறார் என்று உலகம் புகழ்ந்தது. World's Luckiest Unluckiest Man என்ற பட்டமும் அவருக்குக் கிடைத்தது.

> செலக் தாத்தா அட்ரஸ் கிடைக்குமா?

ஒலிம்பிக்கில் கிரிக்கெட்!

பாரிஸ் நகரத்தில் 1900 ஆண்டு ஒலிம்பிக் போட்டிகள் நடத்தப்பட்டன. அப்போதுதான் அங்கே ஒலிம்பிக்கில் கிரிக்கெட் போட்டி அறிமுகப்படுத்தப்பட்டது. இங்கிலாந்து மட்டும் ஆர்வமாகப் பெயர் கொடுத்தது. அதற்கு எதிராக ஆட யாராவது வேண்டுமே. அதற்காக ஒலிம்பிக் போட்டியை நடத்திய பிரான்ஸ் சும்மா கலந்து கொண்டது. வேறு வழியில்லாமல் 'நடத்தித் தொலைப்போம்' என்று கடுப்போடு இரண்டு நாள் கிரிக்கெட் போட்டி ஒன்றை ஆரம்பித்தார்கள்.

ஆகஸ்ட் 19, 1900. டேவோன் அன்ட் சோமர்செட் வாண்டரெர்ஸ் என்ற பிரிட்டன் கிளப் அணியும், பிரெஞ்ச் அத்லெடிக் கிளப் யூனியன் அணியும் மோதின. (அதில் பிரெஞ்சு கிளப் அணியில் இடம்பெற்றிருந்த

பலர், இங்கிலாந்திலிருந்து அங்கே குடிபெயர்ந்தவர்கள் என்பது குறிப்பிடத்தக்கது.) முதல் இன்னிங்ஸில் பேட் பிடித்த பிரிட்டன் கிளப், 117 ரன்கள் எடுத்தது. அதெல்லாம் சுலபமா எடுத்துடலாம் என்று அலட்சியமாகக் களமிறங்கிய பிரெஞ்சு கிளப் அணி, 78 ரன்களில் சுருண்டது. இரண்டாவது நாளில் இரண்டாவது இன்னிங்ஸில் பிரிட்டன் கிளப் அணி, 5 விக்கெட் இழப்புக்கு 145 ரன்கள் எடுத்து நம்பிக்கையுடன் டிக்ளேர் செய்தது. 185 ரன்கள் டார்கெட். வெற்றியே லட்சியம், டிரா நிச்சயம் என்று நெஞ்சு நிமிர்த்தி களமிறங்கிய பிரெஞ்சு கிளப் அணியின் விக்கெட்டுகளை எதிரணியினர் வீறுகொண்டு வீழ்த்த ஆரம்பித்தனர்.

இன்னும் கொஞ்ச நேரம் தாக்குப் பிடித்தால் ஆட்ட நேரம் முடிந்துவிடும். டிரா செய்துவிடலாம் என்ற முக்கி முக்கி ஆடிய பிரெஞ்சு கிளப் அணி, ஆட்டம் முடிய ஐந்து நிமிடம் இருக்கும்போது அனைத்து விக்கெட்டுகளையும் இழந்தது. இரண்டு இன்னிங்ஸிலும் பிரெஞ்சு கிளப் அணியில் தலா ஐந்து பேர் டக்அவுட் ஆகியிருந்தனர். இரண்டாவது இன்னிங்ஸில் ஒருவர்கூட இரண்டு இலக்க ரன்னைத் தொடவில்லை என்ற சாதனையும் முக்கியமானது.

இருந்தாலும் பிரெஞ்சு கிளப் அணியினரது சந்தோஷத்துக்குக் குறைவில்லை. தோற்றாலும் வெண்கலக் கிண்ணமோ, கேடயமோ ஏதாவது நிச்சயம் கிடைக்கும். வரலாற்றிலும் இடம் உண்டு என்ற நினைப்பே அவர்களுக்குப் போதுமானதாக இருந்தது.

> கிரிக்கெட் அதுக்கு சரிப்பட்டு வராது!

இப்படியாக ஒலிம்பிக்கின் முதல் கிரிக்கெட் போட்டி அசுவாரசியமாக நடந்து முடிந்தது. அதற்கடுத்த ஒலிம்பிக் போட்டிகளில் கிரிக்கெட்டைச் சேர்க்க ஆதரவு கிடைக்கவில்லை. ஆகவே, இந்த பிரிட்டன் கிளப் பிரெஞ்சு கிளப் ஆட்டம், ஒலிம்பிக் வரலாற்றின் ஒரே கிரிக்கெட் போட்டியும்கூட.

உருளைக்கிழங்கு
திருடர்கள்!

அண்டோனே அகஸ்டின் பர்மெண்டிர், பிரான்ஸைச் சேர்ந்தவர். அங்கே ராணுவத்தில் மருந்துகள் தயாரித்துக் கொடுக்கும் பணியில் இருந்தவர். கி.பி. 1756-63 சமயத்தில் நடந்த ஏழு ஆண்டு போரில் கைதியாக பிரஷ்யாவின் சிறையில் மாட்டிக் கொண்டார் பர்மெண்டிர். அப்போது அவருக்கு உருளைக்கிழங்குதான் பெரும்பாலும் உணவாக வழங்கப்பட்டது.

பர்மெண்டிர் உருளையைப் பார்த்து பயந்தார். அவர் மட்டுமல்ல, அப்போது பிரெஞ்சுக்காரர்கள் எல்லோருமே உருளைக்கிழங்கு சாப்பிட்டால் தொழுநோய் வரும் என்றே நம்பினர். பிரான்ஸின் பாராளுமன்றமே உருளை விவசாயத்துக்கு தடை விதித்திருந்தது. பர்மெண்டிர், சிறையில் வேறு உணவு இல்லாமல், பசிக்கு உருளையையே தின்று உயிர் வாழ்ந்தார். அதன் சுவை அவருக்குப் பிடித்துப் போனது. உடலுக்கு நல்ல சக்தி கிடைத்தது. முக்கியமான தொழுநோயோ, வேறு எந்த நோயுமோ வரவில்லை.

போரின் முடிவில் விடுதலையாகி பிரான்ஸுக்குச் சென்ற பர்மெண்டிர், உருளையின் சிறப்புகளை தம் மக்களுக்குப் புரிய வைக்க வேண்டுமென்று விரும்பினார். அதற்காக ஆய்வுகள் செய்து, உருளைக்கிழங்கு நன்மை தரக்கூடியதே, அதைச் சாப்பிட்டால் நோய்கள் வராது. ஏகப்பட்ட ஊட்டச்சத்து மிக்க உணவு அது என்றும் அரசர் பதினாறாம் லூயியிடம் நிரூபித்தார். அதன்பிறகு பிரான்ஸ் பாராளுமன்றம் உருளை விவசாயம் செய்ய மக்களை அனுமதித்தது.

ஆனால், பிரெஞ்சுக்காரர்களுக்கு உருளை மீதான பயம் போகவில்லை. எனவே பர்மெண்டிர் மாற்று வழி ஒன்றை யோசித்தார். அரசரிடம் தன் திட்டத்தைச் சொன்னார். அரசர், பர்மெண்டிருக்கு பல ஏக்கர் நிலத்தைப் பரிசாகக் கொடுத்தார். அதில் உருளை விவசாயம் செய்தார். அந்த நிலத்துக்கு இரவும் பகலும் ராணுவ வீரர்கள் காவலுக்கு இருந்தனர். 'மதிப்புமிக்க ஏதோ ஒன்றை பர்மெண்டிர் விளைவித்துள்ளார்' என்று மக்கள் பேசிக் கொண்டார்கள். இரவோடு இரவாக அதைத் திருடிப் போகவும் வந்தார்கள். 'யாரையும் பிடிக்க வேண்டாம். கண்டுகொள்ளாமல் விட்டுவிடுங்கள்' என்று பர்மெண்டிர் வீரர்களிடம் ரகசியமாகச் சொல்லி வைத்திருந்தார்.

பர்மெண்டிர் பிளான் பக்கா!

இப்படியாக திருடு போன உருளைச் செடிகளும் கிழங்குகளும் மதிப்புமிக்க ஒன்றாக பிரான்ஸின் விவசாயிகளிடம் பரவியது. பிரான்ஸ் மக்களும் கொஞ்சம் கொஞ்சமாக உருளையின் சுவைக்கு அடிமையாக ஆரம்பித்தனர். இப்படித் தந்திரமாக உருளையின் புகழ் பரப்பிய பர்மெண்டிரின் பெயரில் ஏகப்பட்ட Potato recipes இன்றைக்கும் பிரான்ஸில் பிரபலமாக உள்ளன.

தொப்பைக் கதவு!

போர்ச்சுகலின் சரித்திரப் புகழ்பெற்ற இடங்களில் ஒன்று அல்கோபகா மடாலயம். கிறிஸ்துவ சந்நியாசிகள் வசிப்பதற்காக பன்னிரண்டாம் நூற்றாண்டில் கட்டப்பட்டது. பார்ப்பதற்கே அழகான பாரம்பரியம் மிக்க கட்டடம். போர்ச்சுகலின் ஏழு அதிசயங்களுள் ஒன்றாக யுனெஸ்கோவால் அங்கீகரிக்கப்பட்டது இந்த மடாலயம்.

அப்போதெல்லாம் அந்த மடாலயத்தில் விதி ஒன்று கறாராகக் கடைபிடிக்கப்பட்டது. சந்நியாசிகள், தங்கள் உணவைத் தாங்களே சமையலறைக்குச் சென்று எடுத்து வர வேண்டும். யாரும் யாருக்காகவும் உணவை எடுத்து வந்து கொடுக்கக்கூடாது. இது ஒரு விதியா? இதிலென்ன பிரச்னை என்று தோன்றலாம்.

அந்த மடாலயத்தின் சமையலறைக்குச் செல்லும் வாசல். சுமார் 2 மீட்டர் உயரமும், 32 செ.மீ. அகலமும் மட்டுமே கொண்டது. அதாவது ஒல்லியான ஆள்கள் சுலபமாகச் சென்று வரலாம். தொப்பை இருந்தாலோ, கொஞ்சம் குண்டாக இருந்தாலோ உடலைத் திணித்து உள்ளே சென்று வருவது முடியவே முடியாது.

யாரும் உழைப்பு இல்லாமல், உடலைப் பெருக்கிக் கொள்ளக்கூடாது என்பதற்காகவே அந்த விதி கடைபிடிக்கப்பட்டது. அப்படி ஒருவரால் சமையலறைக்குள் நுழைய முடியவில்லை என்றால் அவர் பட்டினி கிடந்து தம் உடல் இளைக்கச் செய்வதுதான் ஒரே வழி. அதற்கு பயந்தே சந்நியாசிகள் பலரும் அளவோடு சாப்பிட்டு தொப்பையின்றி வாழ்ந்ததாகச் சொல்கிறார்கள்.

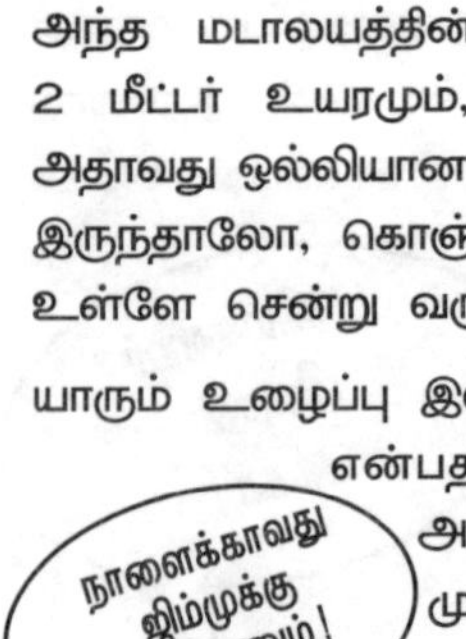

நாளைக்காவது ஜிம்முக்கு போகணும்!

இங்கும் பலரது வீட்டிலும் சமையலறைக் கதவின் அகலத்தைச் சுருக்கித்தான் ஆகவேண்டும்போல!

தபாலில் குழந்தை!

அமெரிக்காவில் 1913-ம் ஆண்டு தபால் சேவை ஆரம்பிக்கப்பட்டது. என்ன வேண்டுமானாலும் அனுப்பலாம் என்றதும் அமெரிக்கர்களும் என்னென்னமோ அனுப்பினார்கள். கோழி, நாய், முட்டை, சவப்பெட்டி என்று தபால்காரர்கள் பலவற்றையும் சுமந்து போக வேண்டியதிருந்தது.

ஓஹியோவைச் சேர்ந்த ஜெஸ்ஸி தம்பதியினர் தங்கள் குழந்தையைக் கொண்டு வந்தனர். 'இந்தக் குழந்தையை அவனது பாட்டி வீட்டில் சேர்த்துவிடுங்கள்' என்று கொடுத்தனர். தபால் ஊழியர்கள் கொஞ்சம் அதிர்ந்தாலும், சரி என்று 10 பவுண்ட் எடையுள்ள அந்தக் குழந்தையை

வாங்கி அதன் சட்டையில் தபால் முத்திரை குத்தினர். 15 சென்ட் குழந்தையை அனுப்பச் செலவு. 50 டாலர் இன்ஸூரன்ஸ் தொகை. குழந்தையைக் கொண்டு சென்று பாட்டி கையில் கொடுத்தார்களா அல்லது பாட்டி வீட்டில் லெட்டர் பாக்ஸில் போட்டார்களா என்பது குறித்த தகவல் இல்லை.

அதன் பின்பு 720 மைல் தொலைவுக்கு அப்பாலுள்ள ஓர் உறவினர் வீட்டுக்கு 6 வயது பெண் குழந்தை ஒன்று அனுப்பப்பட்டதாகவும் தகவல் உண்டு. டெலிவரி செய்ய வேண்டிய தபால்களோடும் குழந்தைகளோடும் போஸ்ட்மேன்கள் அங்கே அப்போது திரிந்து கொண்டிருந்தனர். ரயிலில்கூட தபால் மூட்டைகளோடு குழந்தைகளும் அனுப்பப்பட்டன. இப்படி அனுப்பப்பட்ட மே என்ற குழந்தையின் கதையைச் சொல்லும் Mailing May என்ற புத்தகம் பிரபலமான ஒன்று.

இப்படி அனுப்பப்படும் குழந்தைகள் காணாமல் போய்விட்டால் பெரிய பிரச்னை ஆகிவிடுமே. 1914-ல் தலைமைத் தபால் அதிகாரி, 'யாரும் இனி மனிதர்களை அஞ்சலாக அனுப்பக்கூடாது' என்று உத்தரவு போட்டார். அதற்குப் பின்பு குழந்தைகள் மீது தபால் முத்திரை குத்தப்படவில்லை.

பாவம் ஜான்!

அவர் பெயர் ஜான் ஹெதெரிங்டன். பிரிட்டனைச் சேர்ந்தவர். அங்கே துணிகள் தைக்கத் தேவையான பட்டன், ஊசி, ரிப்பன் போன்ற பொருள்களை வியாபாரம் செய்து வந்தார். ஜான், தான் அணிவதற்கென பட்டுத்துணியால் பளபளவென ஒளிரும்படி நல்ல உயரமான வட்டத் தொப்பி (Top Hat) ஒன்றைத் தயாரித்தார். அதுவரை அப்படிப்பட்ட உயரமான தொப்பி யாரிடமும் கிடையாது. யாரும் பார்த்ததும் கிடையாது.

1797, ஜனவரி 15. ஜான் அந்தத் தொப்பியை முதல்முறையாக அணிந்துகொண்டு நெஞ்சை நிமிர்த்தி சாலையில் நடந்தார். எல்லோரும் ஆச்சரியப்படுவார்கள் என்று நினைத்தார். ஆனால்,

அவரது பளபள தொப்பியைப் பார்த்த பெண்கள் பயந்து அலறினார்கள். அங்கிருந்த சிறுவர்கள், சிறுமியர்கள் எல்லாம் பூதத்தையோ, பூச்சாண்டியையோ பார்த்ததுபோல மிரண்டு தங்கள் பெற்றோர்களைக் கட்டிக் கொண்டார்கள்.

தெருவில் திரிந்த சில நாய்கள் தொப்பி ஜானைப் பார்த்து மிரண்டு ஓடின அல்லது கோபத்துடன் குரைத்தன. மக்கள் அங்குமிங்கும் சிதறி ஓட ஆரம்பித்ததில் ஒரு சிறுவன் கீழே விழுந்தான். அவனது வலது கை எலும்பு முறிந்து போனது.

ஜான், குற்றவாளியாக விசாரிக்கப்பட்டார். ஊருக்குள் மக்களை மிரட்டும்படி தொப்பி அணிந்ததாலும், அமைதியைக் குலைக்கும்படி நடந்து கொண்டதாலும் 'இனிமேல் இதுபோல செய்யக்கூடாது' என்று ஜானை எச்சரித்தனர். அவருக்கு அபராதமும் விதிக்கப்பட்டது. பாவம் ஜான், அவரால் அதற்குப்பின் அந்தத் தொப்பியை அணியமுடியவில்லை. ஆனால், பிற்காலத்தில் ராஜ குடும்பத்தினராலும், பல்வேறு முக்கியமான தலைவர்களாலும் விரும்பி அணியப்பட்ட உயரமான தொப்பியை அறிமுகப்படுத்தியவர் ஜான்தான் என்பது வரலாறு.

வெள்ளை மாளிகை முதலை!

மார்குவிஸ் டி லாஃபாயெட், இவர் பிரான்ஸைச் சேர்ந்த ராணுவத் தளபதி. அமெரிக்கப் புரட்சிப் போர், பிரெஞ்சுப் புரட்சி, ஜூலைப் புரட்சி போன்ற வரலாற்று நிகழ்வுகளில் முக்கியமான பங்காற்றியவர். கி.பி. 1824-ல் லாஃபாயெட் அமெரிக்காவின் ஒவ்வொரு மாகாணத்திற்கும் சுற்றுப்பயணம் மேற்கொண்டார். அவரை மக்கள் கொண்டாட்டத்துடன் வரவேற்று, விதவிதமான பரிசுகள் வழங்கி கௌரவித்தனர்.

ஒருவர், உயிருள்ள பெரிய முதலை ஒன்றை லாஃபாயெட்டுக்குப் பரிசாக அளித்தார். அவரால் மறுக்க முடியவில்லை. முதலையுடன் அவரது சுற்றுப்பயணம் தொடர்ந்தது. அமெரிக்க அதிபரின் வெள்ளை மாளிகைக்கு விருந்துக்குச் சென்றார் லாஃபாயெட். அப்போதைய அமெரிக்க அதிபரான ஜான் குவின்ஸி ஆடம்ஸ், முதலையுடன் வந்த லாஃபாயெட்டைக் கண்டு திகைத்துத்தான் போனார். 'இந்தப்

பரிசை உங்களுக்காகத்தான் கொண்டு வந்தேன்' என்று லாஃபாயெட் அதிபரிடம் முதலையை ஒப்படைத்தார். அதிபர் மாளிகையில் அந்த நீளமான, கூரிய பற்களைக் கொண்ட முதலை வளர ஆரம்பித்தது.

அமெரிக்க அதிபரைச் சந்திக்க பல்வேறு விருந்தினர்கள் வருவதுண்டு. 'நீங்கள் இந்த அறையை உபயோகித்துக் கொள்ளுங்கள்' என்று கைகாட்டுவார் அதிபர். வந்த விருந்தினரும் அந்த அறைக்குச் செல்வார். அது கட்டி முடிக்கப்படாத அறையாக இருக்கும். அங்கே ஒரு பெரிய பாத்டப் இருக்கும். அதன் அருகே செல்லும் விருந்தினர் அலறி அடித்து வெளியே ஓடி வருவார். ஏனென்றால் அந்த பாத் டப்பில் முதலையார் ஏகாந்தமாக மிதந்து கொண்டிருப்பார். இப்படி விருந்தினர்களைப் பயமுறுத்துவதற்கென்றே அமெரிக்க அதிபர் அந்த முதலையைப் பயன்படுத்திக் கொண்டார்.

1929-ல் அமெரிக்காவின் அதிபராகப் பதவியேற்றவர் ஹெர்பெர்ட் ஹூவெர். அவரது மகனான ஆலன், இரண்டு முதலைகளை வளர்த்தார். அவை இரண்டும் வெள்ளை மாளிகையில் விராண்டாக்களிலும் தோட்டத்திலும் ஹாயாக வாக்கிங் சென்றன.

அமெரிக்காவின் வெள்ளை மாளிகையில் அதிபர்கள் மட்டுமல்ல, முதலைகளும் வசித்தன.

டைனிங் டேபிள் ரயில்!

குவாலியர் சமஸ்தானத்தை ஆட்சி செய்த மகாராஜா மாதவ் ராவ் சிந்தியா மிகவும் வேடிக்கையானவர். அவர் அரண்மனையின் விருந்து மேசையில் ஒரே சமயத்தில் இருநூறு பேர் உட்கார்ந்து சாப்பிடலாம். மகாராஜா, அந்த நீளமான மேசையின் நடுவே

சுமார் நூறு மீட்டருக்கு வெள்ளியினாலான சிறிய தண்டவாளத்தை அமைத்திருந்தார். அதன்மேல் அழகான சிக்கு புக்கு இன்ஜின், அதன் பின்னால் இணைக்கப்பட்ட சில பெட்டிகள். முழுவதுமே வெள்ளி. மின்சாரத்தால் இயங்கக்கூடிய மினி ரயில் அது.

விருந்து ஆரம்பித்ததும் அந்தக் குட்டி ரயில், தன் பெட்டிகளில் பானங்கள், உயர்ரக உலர் திராட்சை, பாதாம், பிஸ்தா போன்றவற்றைச் சுமந்து கொண்டு விசில் எழுப்பியபடி சுற்றி வரும். மகாராஜா, தன் கையில் உள்ள ரிமோட் மூலம் ரயிலை இயக்குவார். தேவைப்படும் இடங்களில் ரயிலை நிறுத்துவார். விருந்தினர்கள் தங்களுக்குத் தேவையானவற்றை எடுத்துக் கொள்வார்கள்.

1905-ல் இங்கிலாந்தின் அடுத்த கிங் ஆகும் தகுதியில் இருந்த ஐந்தாம் ஜார்ஜும் அவரது மனைவி மேரியும் குவாலியர் அரண்மனைக்கு விருந்துக்காக வந்தார்கள். அப்போதும் விருந்து மேசையில் மகாராஜா ரயில் ஓட்டினார். ஜார்ஜும் மேரியும் ஆச்சரியமாகப் பார்த்தனர். அன்றைக்குப் பார்த்து அந்தக் குட்டி ரயில் தடம் புரண்டு கவிழ்ந்தது. ஜார்ஜ், மேரியின் உடைகள் ரயில் பெட்டிகளிலிருந்து சிந்திய பானங்களால் நாசமாகின. அவர்கள் இருவரும் கோபத்தில் எழ, மகாராஜா விழுந்து விழுந்து மன்னிப்பு கேட்டார். அவர்கள் ஏற்றுக்கொள்ளவில்லை.

இந்தச் சம்பவத்துக்குப் பரிகாரம் தேட நினைத்த மகாராஜா, பின்னர் தனக்குப் பிறந்த மகனுக்கு 'ஜார்ஜ்' என்றும், மகளுக்கு 'மேரி' என்றும் கூடுதல் பெயர் சூட்டினார். அதற்குப் பிறகே உண்மையான ஜார்ஜும் மேரியும் குளிர்ந்து போனார்கள்.

உணவு மேசையில் மினி ரயில் விட்டு பரிமாறும் கான்செப்ட் இப்போது இந்தியாவில் சில ரெஸ்டாரண்டுகளில் இருக்கிறது. எல்லா புகழும் குவாலியர் மகாராஜாவுக்கே!

> கரெக்டான டைமுக்கு ரயில் வருமா?

அமெரிக்காவுக்கும் அமெரிக்காவுக்கும் போட்டி!

கி.பி. 1904-ம் ஆண்டில் அமெரிக்காவின் செயின்ட் லூயிஸ் நகரத்தில் ஒலிம்பிக்ஸ் நடைபெற்றது. அதில் கயிறு இழுக்கும் போட்டியும் இருந்தது. பங்குபெற்ற அணிகள் மொத்தம் ஆறு. கிரீஸ், தென் ஆப்பிரிக்கா, அப்புறம் அமெரிக்காவிலேயே நான்கு அணிகள் (மில்வாக்கி கிளப், நியு யார்க் கிளப், செயின்ட் லூயிஸ் 1 - 2). ஆறு அணிகளும் கயிறு இழுத்தன. அமெரிக்க அணிகள் கிரீஸ், தென் ஆப்பிரிக்க அணிகளை அலேக்காக இழுத்துப் போட்டு, அவற்றை முதல் சுற்றிலேயே வீட்டுக்கு அனுப்பின. முதல் அரையிறுதியில் அமெரிக்காவும் அமெரிக்காவும் மோதின. இரண்டாவது அரையிறுதியில் அமெரிக்காவும் அமெரிக்காவும் மோதின. அவ்விரண்டில் ஜெயித்த அமெரிக்காவும் அமெரிக்காவும் இறுதிப் போட்டியில் மோதி, அதில் ஓர் அமெரிக்க அணி (மில்வாக்கி கிளப்) வென்றது.

தங்கம், வெள்ளி, வெண்கலம் எல்லாம் அமெரிக்காவுக்கே.

> ஹைய்யோ ஹைய்யோ செம காமெடி!

பூனை உளவாளிகள்!

அமெரிக்க உளவு நிறுவனமான சிஐஏ, 1960-களில் சோவியத் அரசை உளவு பார்க்க, புதிய உளவாளிகளைத் தயார் செய்தது. பூனைகள். விலங்கு மருத்துவர்கள் மூலமாக பூனைகளின் உடலில் மறைவாக சிறிய மைக்ரோபோன், ரேடியோ டிரான்ஸ்மிட்டர் போன்றவை பொருத்தப்பட்டன. அவற்றின் புசுபுசு முடி கொண்ட உடலில் வயர்கள் மறைத்து வைக்கப்பட்டன. மாஸ்கோ

நகரத்துக்குள் இந்தப் பூனைகளை அனுப்பி, அவற்றின் மூலம் உளவு பார்க்கும், தகவல்களைச் சேகரிக்கும் இந்த ஆபரேஷனுக்கு Acoustic Kitty என்று பெயரிடப்பட்டிருந்தது.

சோதனை முயற்சியாக அமெரிக்காவின் வாஷிங்டன் நகரத்திலுள்ள சோவியத் தூதரகத்தின் அருகில் உளவுப்பூனை ஒன்று விடப்பட்டது. தூதரகத்துக்குள் செல்லாத அந்தப் பூனை, அங்குமிங்கும் ஓடி இஷ்டத்துக்கு சேட்டைகள் செய்து, பின் ஒரு காரில் நசுங்கி காலியானது. இப்படி எந்த ஒரு பூனைக்கும் அவர்களால் பயிற்சி கொடுக்கவே முடியவில்லை. 'நான் அதுக்குச் சரிப்பட்டு வரமாட்டேன்' என்றே எல்லா பூனைகளும் முரண்டு பிடித்தன.

இறுதியில் சிஐஏ இந்த பூனை உளவாளித் திட்டத்தை முற்றிலுமாகக் கைவிட்டது. இந்தத் திட்டத்துக்கென அமெரிக்க அரசு செலவு செய்த தொகையான $20 மில்லியனும் நஷ்டமானது.

மியாவ்!

பத்தொன்பதாம் நூற்றாண்டில் பிரிட்டனில் வாழ்ந்த புகழ்பெற்ற ஆங்கிலக் கவிஞர் ஜார்ஜ் கோர்டான் பைரன். சிறு வயது முதலே செல்லப்பிராணிகள் வளர்ப்பதில் அளவற்ற விருப்பம் கொண்டிருந்தார். நாய்களும் பூனைகளும் எப்போதும் பைரனின் காலடியைச் சுற்றிச் சுற்றி வந்தன. 1805ம் ஆண்டில் பைரன், கேம்ப்ரிட்ஜில் அமைந்த டிரினிடி கல்லூரியில் மாணவராக இணைந்தார். அங்கேயே தங்கிப் படித்தார். ஆனால், செல்லப்பிராணி எதையும் அவரால் அழைத்து வர இயலவில்லை. 'இங்கே நாய்களுக்கு அனுமதி கிடையாது' என்று கறாரான விதி அங்கே அமலில் இருந்தது.

பைரனால் அதைப் பொறுத்துக் கொள்ள முடியவில்லை. விதியை மீற முடியாது. ஆனால், நிர்வாகத்தைப் பழிவாங்க வேண்டும் என்று திட்டமிட்டார். கழுத்தில் சங்கிலியிடப்பட்ட கரடி. அதைப் பிடித்தபடி கல்லூரிக்கு வந்தார் பைரன்.

காலேஜுக்குப் போன கரடி!

‘என்னது இது?’ நிர்வாகத்தினர் மிரண்டு போய்க் கேட்டார்கள். ‘எனது செல்லப்பிராணி’ என்றார் பைரன். நிர்வாகத்தினர் திருதிருவென விழிக்க, ‘நாய்களுக்குத்தானே அனுமதி கிடையாது. இது கரடி. இதற்கும் அனுமதி கிடையாது என்று உங்கள் விதி சொல்கிறதா?’ என்று பைரன் கேட்க, அவர்கள் ‘இல்லை’ என்று வேறு வழியின்றித் தலையாட்டினார்கள்.

அந்தக் கரடி பைரன் உடனேயே ஹாஸ்டலில் தங்கியது. அதை அழைத்துக் கொண்டு தினமும் வாக்கிங் சென்றார். பார்ப்பவர்கள் எல்லாம் பயத்துடனும் ஆச்சரியத்துடனும் வாய் பிளந்து நின்றனர்.

நான்
கேம்ப்ரிட்ஜ்ல
PreKG
முடிச்சுட்டேன்

‘எனது நண்பர் ஒருவர் இங்கே படிக்க விரும்புகிறார். கல்லூரியில் இடம் கிடைக்குமா?’ என்று ஒருமுறை பைரன் நிர்வாகத்தினரிடம் கேட்டார். ‘யார்?’ என்று அவர்கள் கேட்க, ‘புசுபுசுவென முடியும் கட்டையான வாலும் கொண்ட ஒரு கரடி’ என்றார் பைரன், நக்கலாகச் சிரித்தபடியே.

‘இங்கே கரடிகள் படிக்கக்கூடாது என்று விதி எதுவும் இருக்கிறதா?’ என்று பைரன் கேட்ட கேள்விக்கு அவர்களுக்குப் பதில் சொல்லத் தெரியவில்லை.

அரண்மனைக்குள் புகுந்த பீட்ஸா!

பீட்ஸாவின் தாயகம் இத்தாலி. அதிலும் குறிப்பாக நேப்பிள்ஸ் நகரத்தைச் சொல்லலாம். பத்தொன்பதாம் நூற்றாண்டு வரை பீட்ஸா எளிய மக்களின் உணவாகத்தான் இருந்தது. அங்கே ஏழை மக்கள், ரொட்டி மாவின் மீது பாலாடைக்கட்டி மற்றும் காய்கறிகள் எல்லாம் வைத்து பேக்கரிகளுக்கு எடுத்துச் சென்றார்கள். பேக்கரிக்காரர்கள்

கட்டணம் வாங்கிக் கொண்டு பேக்கரி அடுப்புகளில் பீட்ஸாவைச் சுட்டுத் தந்தார்கள்.

1889. இத்தாலிய மன்னர் முதலாம் உம்பெர்ட்டோ (Umberto I), தனது ராணி மார்கெரிட்டோ (Margherita di Savoia) உடன் நேப்பிள்ஸ் நகரத்தில் இருக்கும் அரண்மனைக்கு வந்தார். பீட்ஸா சமைக்கும் செஃப்பை, இத்தாலிய மொழியில் Pizzaioli என்று அழைப்பார்கள். அந்தச் சமயத்தில் நேப்பிள்ஸ் நகரத்தின் நம்பர் ஒன் பீட்ஸா செஃப்பாக இருந்தவர் Raffaele Esposito. நேப்பிள்ஸ் நகரத்தின் புகழ்பெற்ற உணவான, அதே சமயம் ஏழைகளின் உணவு என்று ஒதுக்கப்பட்ட பீட்ஸாவை எப்படியாவது மன்னர் மற்றும் ராணியைச் சுவைக்க வைத்துவிட வேண்டுமென்று அந்த செஃப் ஆசைப்பட்டார். அதனால் மூன்று விதமான பீட்ஸாக்களை தயார் செய்தார்.

முதலாவது வெண்பன்றிக் கறியும் மற்ற மசாலாக்களும் கலந்து தயார் செய்யப்பட்டது. இரண்டாவது தக்காளி, பூண்டு சேர்த்து தயாரிக்கப்பட்ட பீட்ஸா. மூன்றாவது கொஞ்சம் ஸ்பெஷலானது. ஓமச்செடி இலைகள், Mozzarella என்னும் இத்தாலிய வகை சீஸ், தக்காளி இந்த மூன்றும் அந்த பீட்ஸாவுக்கு வண்ணங்கள் தந்தன. அதாவது பச்சை வெள்ளை சிவப்பு என இத்தாலியக் கொடியின் வண்ணங்களைப் பிரதிபலிக்கும் பீட்ஸா. அதற்கு செஃப் ரஃபேல், Margherita Pizza என்று ராணியின் பெயரையே வைத்தார். இந்த மூன்று

பீட்ஸாக்களையும் ரஃபேல், மன்னரின் மாளிகைக்கு அனுப்பினார். உலகின் முதல் பீட்ஸா டெலிவரி இதுவாகத்தான் இருக்கக்கூடும்.

'பீட்ஸாங்கிறது ஏழைகளின் உணவாச்சே!' மன்னர் சாப்பிடத் தயங்கினார். ஆனால், இத்தாலியக் கொடி தெரிய, நெஞ்சில் தேசபக்தி குபுக்கெனப் பொங்கியது. ஒரு துண்டைக் கையில் எடுத்தார். சுவைத்தார். ராணியும் சுவைத்துப் பார்த்தார். மூன்றாவது பீட்ஸா மிகவும் பிடித்திருந்தாகச் சொன்னார். 'மிகச் சிறப்பான பீட்ஸாக்கள் தயாரித்து அனுப்பியதற்கு நன்றி' என்று ரஃபேலுக்குப் பாராட்டுக் கடிதம் அனுப்பினார் ராணி. அதுவரை, இத்தாலிய அரண்மனை மெனுவில் பீட்ஸா என்ற உணவு இடம்பெறவில்லை. ராணியின் விருப்பத்தினால் மன்னர் உம்பெர்ட்டோ, அரண்மனை மெனுவில் மார்கெரிட்டோ பீட்ஸாவையும் Royal food ஆக சேர்த்துக் கொண்டார். அதற்குப் பிறகே பீட்ஸா, சர்வதேச அளவில் குறிப்பிடத்தகுந்த உணவாகப் புகழ்பெற ஆரம்பித்தது.

ஒரே ஒரு சந்தேகம்தான். Margherita Pizza என்ற பெயர் மட்டும் அந்த பீட்ஸாவுக்கு வைக்கப்படாமல் இருந்திருந்தால் உண்மையிலேயே ராணி அதைப் பாராட்டியிருப்பாரா? இத்தாலி கொடியின் வண்ணம் இல்லாதிருந்தால் மன்னரும் அதை அங்கீகரித்திருப்பாரா? செஃப் ரஃபேல் மூளைக்காரர்தான்!

கருப்புப் பல் ஜப்பானியர்கள்!

பதினைந்து வயது ஆகிவிட்டதா? அன்றைய ஜப்பானில் சிறுவனோ, சிறுமியோ தங்கள் பற்களுக்குக் கருப்பு வண்ணம் பூசிக் கொண்டார்கள். அது அவர்கள் பருவம் எய்தி விட்டதைச் சொல்லும் அடையாளம். முழுக்க முழுக்கக் கருப்புப் பற்களுடன் ஒருத்தியோ, ஒருவனோ சிரித்தால் யோசித்துப் பாருங்கள். ஆனால், பண்டைய ஜப்பானில் அதுவே அழகின் அடையாளமாகக் கருதப்பட்டது.

இந்த விநோதமான பழக்கமானது ஓஹகுரோ (Ohaguro) என்ற பெயரில் அழைக்கப்பட்டது. பல நூற்றாண்டுகளுக்கு முன்புள்ள ஜப்பானிய மண்டை ஓடுகளெல்லாம் கருப்புப் பற்களுடன் சிரிப்பதை தொல்பொருள் ஆய்வாளர்கள் கண்டுபிடித்துள்ளனர். கருப்பே அழகு. கருப்பே இயற்கையின் வண்ணம். இதுவே அன்றைய ஜப்பானியர்களின் எண்ணம். அதற்காக வேலை மெனக்கிட்டு தினமும்

பற்களுக்குக் கருப்பு வண்ணம் பூசிக் கொண்டவர்களும் அங்கே இருந்திருக்கிறார்கள்.

காலம் மாற மாற, பெண்கள் மட்டும் பற்களுக்குக் கருப்பு வண்ணம் பூசுவது, உயர்குடிப் பெண்கள் மட்டும் பூசுவது என்று பாரம்பரியமும் மாறிக் கொண்டே வந்திருக்கிறது. பின்பு சில பகுதிகளில் மட்டும் கறாராகக் கடைபிடிக்கப்பட்டு வந்திருக்கிறது. பதினெட்டு, பத்தொன்பதாம் நூற்றாண்டுகளில் ஜப்பானுக்கு வந்த ஐரோப்பியர்கள், ஜப்பானியர்களின் 'கருப்புப் பல் புன்னகை'யைக் கண்டு உறைந்து நின்றார்கள். தங்கள் குறிப்புகளில் இப்படிப் பதிவு செய்தும் வைத்திருக்கிறார்கள். 'இந்த ஜப்பானியர்கள் ரொம்ப மோசம். அவர்கள் பல்லே தேய்ப்பதில்லை.'

என்னோட பல்லு வெள்ளைதான்!

சென்ற நூற்றாண்டில் இந்தப் பழக்கம் அப்படியே காணாமல் போனது. இப்போது ஜப்பானியர்கள் நாடகங்களில், திரைப்படங்களில் மட்டும் பழைய பாரம்பரியத்தைக் காட்சிப்படுத்த கருப்புப் பற்களுடன் சிரிக்கிறார்கள். நவீன ஜப்பானியர்களும் வெள்ளைப் பற்களே ஆரோக்கியமானவை என்றுதான் டூத்பேஸ்ட் விளம்பரங்களில் சிரித்துக் கொண்டிருக்கிறார்கள்.

தர்பூசணி, அன்னாசி, துரியன், ஆரஞ்சு, ஆப்பிள், கொய்யா, திராட்சை, வாழை என ஏகப்பட்ட பழங்கள் பிரமாண்டமான பிரமிடுகள்போல ஆங்காங்கே குவித்து வைக்கப்பட்டிருக்கின்றன. பழங்களால் ஆன அலங்கார வளைவுகளும் அமைக்கப்பட்டிருக்கின்றன. அவைபோக ஏகப்பட்ட மேசைகளில் கணக்கு வழக்கின்றி உணவுப் பொருள்களைப் பரிமாறப்பட்டிருக்கின்றன. அங்கே கூடியிருக்கும் மக்கள், விருந்தினர்களை வரவேற்கத் தயாராக இருக்கிறார்கள். அந்த விருந்தினர்கள் அருகிலிருக்கும் காட்டுப் பகுதியிலிருந்து தாவிக் குதித்து துள்ளி வருகிறார்கள். அவை ஆயிரக்கணக்கான மக்காக் குரங்குகள்!

பழங்களின் பிரமிடு மீதேறி விரும்பியதை எடுத்துச் சாப்பிடுகிறார்கள். அலங்கார வளைவுகளில் தொங்கி விளையாடியபடி குஷியாக உண்கிறார்கள். மேசையில் உணவுப் பொருள்களை விசிறியடித்து, விழுந்து புரண்டு, குதூகலமாகக் கொறிக்கிறார்கள். கொக்கரிக்கிறார்கள். நீண்ட வால் கொண்ட அந்த மக்காக் குரங்குகளின் சேட்டைகளை மக்கள் விலகி நின்று ரசித்து மகிழ்கிறார்கள்.

குரங்குகளுக்கான

பஃஃஃபே!

தாய்லாந்தின் பழைமையான நகரம் லோப்புரி. அங்கே பதின்மூன்றாம் நூற்றாண்டைச் சேர்ந்த ப்ரா பிராங் சாம் யோட் என்ற புராதனமான கோயில் இருக்கிறது. ஒவ்வொரு வருடமும் நவம்பர் மாதத்தில் கடைசி ஞாயிறு அன்று மேலே சொன்ன 'குரங்கு பஃபே திருவிழா' அந்தக் கோயில் வளாகத்தில் நடத்தப்படுகிறது. ஏன்?

தாய்லாந்து மக்கள் விரும்பும் இதிகாசம் ராமாயணம். அதில் ராமன், சீதையை மீட்டுக் கொண்டு வர உதவிய வானரத் தலைவனான அனுமார் மீது தாய்லாந்துக்காரர்களுக்குப் பிரியம் அதிகம். மக்காக் குரங்குகளை அனுமார் வழி வந்த சந்ததியாகவே அவர்கள் நம்புகிறார்கள். ஆகவே இப்படி ஓர் உணவுத் திருவிழா நடத்தி குரங்குகளைக் குஷிப்படுத்துகிறார்கள். குரங்குகள் சந்தோஷமாக இருந்தால் லோப்புரி நகரமே செழிப்பாக இருக்கும் என்பது காலம் காலமாக அந்த மக்களின் நம்பிக்கை.

மக்காக் குரங்குகளே லோப்புரியை ஆட்சி செய்கின்றன என்றே சொல்லலாம். குரங்குகளின் சேட்டைகளைக் காணவே அங்கே சுற்றுலாப் பயணிகள் வருகிறார்கள். வருமானமும் வருகிறது. குரங்குகள் அங்கே என்ன நாசம் விளைவித்தாலும் மக்கள் பல்லைக் கடித்துக் கொண்டு அந்த 'அனுமார்களை' மன்னித்துவிடுகிறார்கள். குரங்குகளுக்குள் அதிகாரத்தைக் கைப்பற்ற 'கேங் வார்' நடப்பதும் அங்கே சகஜமாம்.

பார்ட் - 2ல
மீட்
பண்ணுவோம்!

ஆம், மனிதன் குரங்கிலிருந்துதான் வந்தான்.•